சங்க இலக்கிய ஆய்வுகள்

முனைவர் சு.அட்சயா

காவ்யா

சங்க இலக்கிய ஆய்வுகள்

நூலாசிரியர்
©முனைவர் சு.அட்சயா

முதல் பதிப்பு : 2022

வெளியீடு : காவ்யா

16, இரண்டாம் குறுக்குத் தெரு, டிரஸ்ட்புரம்,
கோடம்பாக்கம், சென்னை -600024
போன்: 044-23726882 / 9840480232
அச்சாக்கம் : ஸ்ரீசாய் எண்டர்பிரைசஸ், சென்னை - 14.
கணினி அச்சு : K.L. லட்சுமி
பக்கங்கள் : XIV+156=170
விலை : ரூ.170/-

Sanga Ilakkiya Aaivukal

Author:
©**Dr. S.Atchaya**

First Edition : 2022

Published by **KAAVYA**
16, 2nd Cross Street, Trustpuram,
Kodambakkam, Chennai - 600 024.
Phone: 044 - 23726882 / 9840480232
e-mail : kaavyabooks@gmail.com.
Website : www.kaavyaa.com.
Printed at : Sai Sri Enterprises, Chennai -14.
DTP by: K.L.Lakshmi
Pages: XIV+156=170
Price : ₹ 170
ISBN: 978-93-93358-03-5

முனைவர் தா. துரைராஜ்,
தாளாளர், மற்றும் நிறுவனர்,
ஹோலிகிராஸ் மெட்ரிக் மேல்நிலைப்பள்ளி,
இந்திராகாந்தி சிறப்புக் கல்வியியல் கல்லூரி,
கோவை.

வாழ்த்துரை

உலக உயிர்கள் இன்புற்று வாழ்வதற்கான அறத்தைச் செம்மையாக அறிவுறுத்திக் காட்டி, புதியன சிந்திக்க வைத்து, புதியன கண்டறிந்து தமிழ்ச் சமூகம் நல்வாழ்வை அமைத்துக் கண்டறிந்து தமிழ்ச் சமூகம் நல்வாழ்வை அமைத்துக் கொள்ள இலக்கியங்கள் துணைநிற்கின்றன. மானுட நல்லுறவுகள் குடும்பத்திலும் சமுதாயத்திலும், உலகத்திலும் மிக்க இணைவுடனும், இசைவுடனும் நிலவுவதற்கும், அவ்வுறவுகளின் ஒருங்கிணைப்பால் சமுதாய மாற்றத்திற்கு வழிகாட்டும் தூண்டுகோல்களாகவும் இலக்கியங்கள் செயலாற்றுகின்றன.

காலங்கடந்து நின்று சீர்மிகு சிறப்புகளைத் தரணியெங்கும் பரப்பித் தனிமுரசு கொட்டும் வாழ்வியல் இலக்கியமாகவும், மண்ணுலக உயிர்களின் மேன்மைக்குத் தேவையான அனைத்து அறநெறிகளை உணர்த்திக் காட்டும் அற இலக்கியமாகவும் மிளிர்வன சங்க இலக்கியங்கள்.

தமிழ்ச் சமுதாயத்தின் கலங்கரை விளக்கமாகவும், செம்மாந்த தமிழர்களின் சிறப்பான வாழ்க்கையை எடுத்துரைக்கும் வரலாற்று ஆவணமாகவும் சங்க இலக்கியங்கள் திகழ்கின்றன.

சங்க இலக்கியங்களை விரும்பி விரும்பிப் படிப்பதுடன் இலக்கிய இன்பத்தில் ஆழ்ந்து மகிழ்வதுடன், தான் பெற்ற இனிய அனுபவத்தைப் பிறரும் அடைய வேண்டுமென்ற உயர்ந்த எண்ணத்தில் முனைவர் சு.அட்சயா இந்நூலினைப் படைத்துள்ளார்.

பன்முக நோக்கில் சங்க இலக்கியங்கள் அணுகியுள்ள நூலாசிரியர் பல்வேறு வகையான சுவைகளைச் சுவைத்து மகிழ்ந்திருக்கிறார் என்பதற்கு இந்நூல் சான்று பகர்கின்றது.

சங்க இலக்கியத்தில் தொழில்கள் - என்னும் தலைப்பின் வாயிலாக குறிஞ்சி நிலமக்கள் வேட்டையாடுதல், பயிரிடுதல், தேனெடுத்தல் ஆகிய தொழில்களைச் செய்தனர் என்பதையும் முல்லைநில மக்கள் உழவுத் தொழில் ஆனிரை மேய்த்தல் போன்ற தொழில்களை மேற்கொண்டனர் என்பதையும்,

"உழுதுண்டு வாழ்வாரே வாழ்வார் மற்றெல்லாம்
உழன்றும் உளவே தலை"

"சுழன்றும் ஏர்பின்னது உலகம் தழிஇய
உழன்றும் உளவே தலை"

என்ற வள்ளுவரின் வாக்கிற்கேற்ப உழவுத் தொழில்களை அனைத்து நில மக்களும் மேற்கொண்டனர் என்பதையும் நெய்தல் நில மக்கள் மீன்பிடித்தல், உப்பு விளைவித்தல், முத்துக் குளித்தல் போன்ற தொழில்களைச் செய்தனர் என்பதையும் நூலாசிரியர் சுட்டிக்காட்டியுள்ளார்.

தொல்காப்பியத்தின் வழி அறியலாகும் சங்க வாழ்வியல் இசை - என்னும் தலைப்பின் வழியாக தொல்காப்பியர் குறிப்பிட்டுள்ள இசைக்கருவிகளில் முதன்மையானது யாழ் என்றும், நரம்புக் கருவியைப் பற்றி விளக்கப்பட்டுள்ளதையும் யாழ் என்பதும் இசைக்கருவியை மட்டும் குறிப்பிடாமல் பண்ணையும் குறிக்கும் சொல்லைத் திகழ்ந்துள்ளதையும், நிலங்களை அடிப்படையாகக் கொண்டு பாடுபடுத்தப்பட்டுள்ளன. யாழ் அவ்வவ் நிலத்துப் பெயரிலேயே உரையாசிரியர்களால் எடுத்தியம்பப்பட்டுள்ளது என்பதையும், இசையை, பாடலை, இசைச் சுரங்களை, இசைச் சுருதிகளை, பண்களைப் பகுத்து வகுத்து அளிக்கும் முக்கியமான கருவியாக யாழ் திகழ்ந்திருக்க வேண்டும் என்பதனால் தான் தொல்காப்பியர் இணைத்திருக்க வேண்டும்

என்பதையும், பாண்மரபினர் எந்நேரமும் யாழை உடையவர்களாகத் திகழ்ந்திருக்கின்றனர் என்பதையும் யாழ் இயற்கை ஒலிகள் வாழ்வியல் நிகழ்வுகள் அனைத்திலும் தொடர்புடையதாக இருந்திருக்கின்றது என்பதை சங்க இலக்கியத்தோடு தொடர்படுத்திக் நூலைக் காட்டியுள்ளார். யாழ் வெறும் இசைக் கருவியாக மட்டுமின்றி பல்வேறு பயன்பாடுகளையுடைய தாய்ச் சங்க இலக்கிய பாக்கள் காட்டுகின்றன என்பதையும் யாழ் வெறும் இசைக் கருவியாக மட்டுமின்றி பல்வேறு பயன்பாடுகளையுடையதாய்ச் சங்க இலக்கியப் பாக்கள் காட்டுகின்றன என்பதையும் யாழ் பணத்தைப் பரிசிலைப் புகழை மட்டும் ஈட்டித் தரும் தொழிற்கருவியாய் இல்லாமல் தெய்வத் தன்மை பொருந்திய உயர்ந்த நிலையுடையதாக மதிக்கப்பட்டுள்ளதையும், தெருக்களில், சோலைகளில், இல்லத்தில் என்று பல இடங்களில் யாழ் ஒலித்துள்ளது. யாழ் என்பதற்கு வாழ்வின் ஒரு கூறாகவே மாறியுள்ள பாங்கை நூலாசிரியர் இத்தலைப்பின் சுட்டிக்காட்டியுள்ள விதம் சிறப்பிற்குரியது.

திருமுருகாற்றுப்படையில் முருகனின் வழவழகு - என்னும் தலைப்பில்

> **"நக்கீரர் தாம் உரைத்த நன்முருகாற்றுப் படையைத்**
> **தற்கோல நாடோறும் சாற்றினால் முற்கேல**
> **மா முருகன் வந்து மனக்கவலை தீர்த்தருளித்**
> **தான் நினைத்த எல்லாம் தரும்"**

என சங்ககாலத்து புலவரான நக்கீரர் அருளிய திருமுருகாற்றுப் படையின் மூலம் மனிதன் எல்லா நலன்களையும் இறையன்பையும் பெறமுடியும் என்பதையும், திருமுருகாற்றுப்படை சித்தரித்துக் காட்டும் அறுபடை வீடுகளில் திருப்பரங்குன்றத்தில் கோயில் கொண்டுள்ள இறைவனின் வடிவழகினையும், திருச்சிலை வாயிலில் அருள்பாலிக்கும் ஆண்டவனின் ஆறமுகங்களின் வடிவழகினையம், பன்னிருகைகளின் வடிவழகினையும், திருஆவினன் குடியில் முருகன் தெய்வானையுடன்

VI

வீற்றிருக்கின்ற வடிவழகினையும், குன்றுதொறும் ஆடல் என்ற இடத்தில் குரவைக் கூத்தினைக் காணும் முருகனின் வடிவழகினையும், பழமுதிர்ச் சோலையாகிய படை வீட்டில் முருகனின் இருப்பிடங்களின் அழகினையும், இவ்வாறாக அறுபடை வீடுகளின் வடிவழகினை திருமுருகாற்றுப்படையின் வாயிலாக நக்கீரர் எடுத்துரைப்பதை இந்நூல் உணர்த்துகின்றது.

சங்க இலக்கியத்தில் தோற்கருவிகளும் துளைக் கருவிகளும் - என்னும் தலைப்பின் வாயிலாக குழல், கொம்பு, தூம்பு என்றும் மூன்று துளைக்கருவிகளும், ஆடல், பாடல் இரண்டிற்கும் பக்க இசையாகப் பயன்படுத்தப்பட்டுள்ளன. ஊரின் நிகழ்வுகளுக்கும் போர்க்களத்திலும் இவற்றின் பங்கு குறிப்பிடத்தக்கதாய் அமைந்துள்ள தன்மை விளக்கப்பட்டுள்ளது.

சங்க இலக்கியங்களில் இசைக்கருவிகள் - என்னும் தலைப்பின் வாயிலாக இசைக்கலை பற்றியும், துளைக் கருவிகளின் வகைகளையும் துளைக்கருவிகளில் சங்கின் சிறப்பினையும், குழல் என்ற இசைக்கருவியின் சிறப்பினையும், இசை மக்களை மட்டுமல்ல மானையும் மயங்கச் செய்தது என்பதையும் மக்களுக்கு மருந்தாகவும் இசை இருந்துள்ளது என்பதையும் போர்க்களத்தில் இந்தத் துளைக் கருவிகள் பயனுடையதாக இருந்தன என்பதைப் பற்றியும் நூலாசிரியர் வியந்து உரைக்கின்றார்.

புறநானூறு காட்டும் அறம் - என்னும் தலைப்பின் வாயிலாக தமிழ்நாட்டு வேந்தர்கள் போர் அறங்களில் சிறந்து நின்றனர் என்பதை புறநானூறு பாடல்கள் சிறந்த நிலையில் எடுத்துக் காட்டுகின்றன. போர்க்களங்களில் கூட அறநெறி வழுவாமல் போர் செய்து சென்றனர் மூவேந்தரின் குடிமை முதலான பண்புகளும் குறுநில மன்னர்களின் ஆண்மை, ஈகை, ஒப்புறவு முதலான சால்புகளை புறநானூறு நமக்கு எடுத்துக் காட்டுகின்றது.

புறநானூற்றில் நேரமேலாண்மையும் கொடை நிர்வாகமும் - என்னும் தலைப்பின் வாயிலாக சங்க இலக்கியப்

VII

பாடல்களான புறநானூற்றுப் பாடல்களின் வாயிலாக அரசர்களும், வள்ளல்களும் எவ்வாறு நாட்டு மக்களையும், நாடி வருகின்ற புலவர்களுக்கும், பாணர்களுக்கும், விறலியருக்கும் பொருள்களை கொடுத்து நிர்வாகம் செய்தார்கள் என்ற சிறப்பினையும் காலத்தை வீணாக்காமல் கடமை தவறாது நேர மேலாண்மையை கடைபிடித்து மக்களுக்குக் கடமையாற்றக் காத்திருந்தார்கள் என்பனத அறியமுடிகின்றது. வையாவிக் கோப் பெரும் பேகனின் கொடை நிர்வாகத் தன்மையும், இளங்சேட் சென்னியின் படையெழுச்சி நிர்வாகத் திறனையும் அதியமான் நெடுமான், அஞ்சியின் காலம் கடத்தா நேர மேலாண்மையின் சிறந்தோங்கிய தன்மை விளக்கப்பட்டுள்ளது.

சங்க இலக்கியம் காட்டும் பண்பாட்டுப் பதிவுகள் - என்னும் தலைப்பின் வாயிலாக சங்க கால மகளிர் பெரிதும் போற்றிய அறங்களுள் ஒன்று. விருந்தோம்பல் பண்பாகும். புதியது ஓம்புதல், போற்றுதல், நம் இல்லத்திற்கு புதியவராக வந்தவர்களை இன்முகத்துடன் வரவேற்று அவர்களின் அகம் மகிழுமாறு உணவினை அளிப்பது விருந்தோம்பலாகும் என்பதை நூலாசிரியர் சுட்டிக்காட்டியுள்ளார். பண்பாடு என்பதன் பொருளையும் அதற்கான விளக்கத்தையும், பண்பாட்டுக் கூறுகளையும், விளக்கியுள்ளார்.

விருந்தோம்பலின் நிலைப்பாடு, விருந்தோம்பும் பண்பு ஆகியவற்றை எட்டுத்தொகை நூல்களின் அகநானூறு, புறாநானூறு, ஐங்குறுநூறு, குறிஞ்சிக்கலி, நற்றிணை என்ற நூல்களின் வாயிலாக விருந்தோம்பலின் சிறப்பினை நூலாசிரியர் எடுத்துரைத்துள்ளார்.

உளவியல் கோட்பாடுகளும் சங்க இலக்கியமும் - என்னும் தலைப்பின் வாயிலாக உளவியல் என்னும் சொல் பல்வேறு கருத்தாக்கங்களில் உளவியல் அறிஞர்களால் முன்மொழியப் பெற்றுள்ளது. “உளவியல்” என்பது மனிதனின் உள்ளத்தை ஆராய்ந்து அவ்வுள்ளத்தில் உதித்தெழும் சிந்தனைகளின் அடிப்படையில் அவனுடைய செயல்பாடுகள் அமைவதைப் பற்றி ஆராயும் ஓர் அறிவியல் துறை என்று

VIII

வரையறை செய்ய முடியும் என்பதையும் அரிஸ்டாட்டில் எழுதிய "ஆன்மாவின் இயல்புகள்" என்ற நூலே உளவியல் சிந்தனைகளின் அடிப்படையில் எழுந்த முதல் நூல் என்பது குறிப்பிடத்தக்கது என்பதையும் உலகளாவிய நிலையால் 'உளவியல்' பல்வேறு காலகட்டங்களில் பல்வேறு அறிஞர்களால் ஆராயப்பட்டுள்ளதையும், மனித உள்ளம் பற்றிய தனி அறிவியல் துறை இக்காலகட்டத்தில் தோன்றியது என்பது உண்மையே எனினும் உள்ளத்தின் போக்குகளும் இயல்புகளும் மனிதன் தோன்றிய காலம் தொட்டு மெதுவாக, மெதுவாக உருவாகி நிலைபெற்றனவாகும். புற உலகச்சூழல்கள் மாறி விடுகின்றன. பொருள்கள், உணர்வுகள் பற்றிய மதிப்பீடுகள் மாறுகின்றன. ஆயினும் மனிதனின் இயல்பூக்கங்கள், உள் துடிப்புகள் அவற்றின் விளைவுகள் முதலியன மாறாமல் உள்ளன. ஆகையால்தான் புத்தறிவுத் துறையாகிய உளவியலின் கொள்கைகள் பெருமளவிலும் பழம் பெருமை மிக்க சங்க இலக்கிய மாந்தர் நடத்தைக்கும் பொருந்துகின்றன என்பதையும், உள்ளமுறிவு, உள்ளப் போராட்டம் ஆகிய பொருத்தப்பாட்டுச் சிக்கல்களைத் தோற்றுவிக்கும் வாழ்க்கைச்சூழல்கள் சங்க இலக்கியத்தில் இடம் பெற்றுள்ளதை நூலாசிரியர் பொருத்திக் காட்டியுள்ள விதம் சிறப்பிற்குரியது.

சங்க இலக்கியங்கள் பற்றிய சிந்தனைகள் ஒரு குவியலாக இந்நூலில் பரிமாறப்பட்டுள்ளன. இந்நூலாசிரியர் முனைவர் சு.அட்சயா நல்ல உழைப்பாளி. எங்களது கல்வி நிறுவனத்தில் பள்ளி முதல்வராகவும், இந்திராகாந்தி சிறப்புக் கல்வியியல் கல்லூரியின் முதல்வர் பணிப்பொறுப்பிலும் பணியாற்றிய முனைவர் சு.அட்சயா துடிப்பும் உணர்வும் மிக்க இளமைக் காலத்தில் கற்றலும் ஆய்தலும் செம்மையாக இருக்கும் அவ்வகையில் முனைவர் சு.அட்சயாவின் இந்நூல் சங்க இலக்கிய ஆய்வுகள் நூலாக அமைகின்றது. இந்த கூர்ந்த நோக்கு இவரின் மேன்மேல் வளர்ச்சியைக் காட்டுகின்றது.

எங்களது கல்வி நிறுவனத்தில் பணியாற்றிய இந்நூலாசிரியர் மேலும் இதுபோன்ற பல்வேறு நூல்களைத் தமிழன்னைக்கு அணிசேர்க்க வேண்டுமென்று கேட்டுக் கொண்டு, அவருக்கு என்னுடைய மனமார்ந்த பாராட்டுகளையும் வாழ்த்துக்களையும் தெரிவித்துக் கொள்கின்றேன்.

வாழ்க! வளர்க!

அன்புடன்

தா. துரைராஜ்

முனைவர் எஸ்.வெள்ளையா
எம்.ஏ., எம்.பில்., எம்.பி.ஏ.,
பி.எச்.டி.,டி.லிட்.,
கோயம்புத்தூர் - 641108
(9363101247)

வாழ்த்துரை

'சங்க இலக்கிய ஆய்வுகள்' என்ற சீர்மிகு படைப்பினை முனைவர் சு.அட்சயா அவர்கள் படைத்துள்ளார்கள். இந்நூலின் மூலம் சங்ககால மக்களின் வாழ்க்கை நெறிமுறைகள், அம்மக்களின் வீரம், சங்ககாலத்தில் ஆட்சி செய்த மன்னர்களின் மாண்பு, ஆட்சித்திறன், மக்களின் தொழில் இவற்றை நாம் இன்று அறிந்து கொள்ள உதவும், அரிய ஆவண காப்பகமாகச் சங்க இலக்கியங்கள் திகழ்கின்றன. எத்தகைய இசைக்கருவிகளைச் சங்ககால மக்கள் பயன்படுத்தினர் என்ற செய்தியையும் நாம் அறியமுடிகிறது. சங்ககால மக்களின் வாழ்க்கை முறை, விருந்தோம்பல், போன்ற நற்குணங்களைச் சங்க இலக்கியம் வாயிலாக நாம் அறியமுடிகிறது. சங்ககால மக்களின் வாழ்க்கை முறை, விருந்தோம்பல் போன்ற நற்குணங்களைச் சங்க இலக்கியம் வாயிலாக நாம் அறிய முடிகிறது.

முனைவர் அட்சயா அவர்களின் இப்படைப்பு தமிழ் இலக்கியத்திற்கு ஒரு மகுடமாகும். வாழ்த்துரை வழங்குவதில் மட்டற்ற மகிழ்ச்சி அடைகிறேன். முனைவர் அட்சயா அவர்களுக்கு ஆக்கமும் ஊக்கமும் வழங்கும் குடும்பத்தாரையும் காவ்யாவிற்கும் வாழ்த்துகளைத் தெரிவித்துக் கொள்கிறேன். இது போன்ற படைப்புகளை மேன்மேலும் படைக்க வேண்டும். வாழ்க, வளர்க, தமிழ் உலகம் போற்ற......

இன்னனம்
எஸ். வெள்ளையா

என்னுரை

வாழ்க வளமுடன்! வாழ்க வையகம்.

சீரிளமைத் திறம் குன்றாத தமிழ்மொழி எண்ணிலடங்காச் சிறப்புகளைப் பெற்றது. உலகின் மூத்தமொழி என்ற பெருமைக்கு உரியது. இத்தகைய தமிழ்மொழியின் வளமைக்குச் செழுமை சேர்ப்பன சங்க இலக்கியங்கள். காதலால் இருவர் கருத்தொருமித்து ஆதரவுபட்டு வாழ்கின்ற அகத்தையும், வாளெடுத்துப் பகை முடிக்கும் புறத்தையும் வண்ண ஓவியமாய்த் தீட்டி வைத்தவர்கள் சங்ககால சான்றோர்கள். இரண்டாயிரம் ஆண்டுகளுக்கு முன்பே அகத்துக்கும் புறத்துக்கும் இலக்கணம் வகுத்து அதிலிருந்து சிறிதும் பிறழாமல் வாழ்ந்தவர்கள் தமிழர்கள் என்று எண்ணும்போது தமிழனின் சீர்த்த நாகரிகமும் கூர்த்த மதியும் புலனாகின்றது.

சங்க இலக்கியம் என்னும் கடலில் வானியல், உளவியல், சமூகவியல், அறிவியல், வணிகம், பண்பாடு, பழக்கவழக்கங்கள், பக்தி, நிர்வாகம் ஆகிய முத்துக்கள் நிறைந்துள்ளன. தமிழனின் பழமையான இலக்கியம் அள்ளக் குறையாத கருத்துக்களை வழங்குகின்ற கருவூலம். ஒரு மனிதனின் இல்வாழ்க்கையும், புறவாழ்க்கையும் எப்படி அமைய வேண்டும் என்ற செய்திகளையும், தமிழனின் பெருமித வாழ்க்கையையும் எடுத்தியம்புகின்றது சங்க இலக்கிய நூல்கள்.

சங்க இலக்கியங்கள் காலத்தையும் கடந்து நிற்கிறது. அந்த ஏதோ ஒன்றுதான் சங்க இலக்கியத்தின்பால் என்னையும் ஈர்த்தது. இத்தேடுதலில் கிடைத்த மாணிக்கங்களில் தொடுத்ததுதான் இவ்வரியமாலை. சங்க இலக்கியம் ஒரு பெருங்கடல். அப்பெருங்கடலில் மூழ்கி ஒரு சில முத்துக்களைத் திரட்டியுள்ளேன். அம்முத்துக்களை "சங்க இலக்கிய ஆய்வுகள்" என்னும் நூல் மாலையாக

தொடுத்துள்ளேன். சங்க இலக்கியங்களில் எழுந்த மாளாக் காதலால் இந்நூலாக்க முயற்சியை மேற்கொண்டேன்.

சங்க இலக்கியம் சுவையை நான் மட்டும் சுவைத்தால்போதாது. அனைவரும் சங்க இலக்கியச் சுவையைச் சுவைக்க வேண்டுமென இந்நூலை வெளியிடுவதில் பெருமகிழ்ச்சியடைகிறேன்.

இந்நூலிற்கு வாழ்த்துரை வழங்கி உள்ள ஹோலிகிராஸ் மெட்ரிக் மேல்நிலைப் பள்ளியின் தாளாளர், இந்திரா காந்தி சிறப்புக் கல்வியல் கல்லூரியின் நிறுவனர் **திருமிகு. முனைவர் தா.துரைராஜ் ஐயா** அவர்களுக்கு இருகரம் கூப்பி சிரம் தாழ்த்தி என் இதயம்கனிந்த நன்றியினைத் தெரிவித்துக் கொள்கின்றேன். இந்நூலிற்கு வாழ்த்துரை வழங்கி உள்ள முனைவர் எஸ்.வெள்ளையா அவர்களுக்கு இருகரம் கூப்பி சிரம் தாழ்த்தி என் நெஞ்சார்ந்த நன்றியினைத் தெரிவித்துக் கொள்கின்றேன்.

இந்த ஆய்வு நூலைச் சிறப்பாக அச்சிட்டு வெளியிடுவதற்கு உதவிய காவ்யா பதிப்பக அச்சகத்தாருக்கும் நன்றிகள் பல. கணினி அச்சு செய்த கே.எல்.லட்சுமி அவர்களுக்கும் நன்றி. என்னுடைய எண்ணங்களையும், எழுத்துக்களையும் ஏற்றமிகு நூலாக்கம் செய்து, பதிப்புரை வழங்கிய காவ்யா பதிப்பகம் முனைவர் திரு.சு.சண்முகசுந்தரம் ஐயா அவர்களுக்கும் என் மனமார்ந்த நன்றியினை உரித்தாக்கிக் கொள்கின்றேன்.

சங்க இலககிய இரசிகப் பெருமக்கள் இந்நூலினை ஏற்று வாசிப்பார்கள் என்ற நம்பிக்கையுடன், தமிழன்னையின் திருமேனியில் இதனை மாலையாகச் சூட்டுகிறேன். உங்களுடைய மதிப்பீடாகிய பாராட்டுரையோ அல்லது தெளிவு காணத் துடிக்கும் சிற்றுரையோ என்னைச் சீர் செய்யும் என்று எதிர்நோக்குகின்றேன்.

8/193, இராமர் கோவில் வீதி, அன்புடன்
கணுவாய், கோவை - *108.* **சு. அட்சயா**
Email:shangeetha 97@gmail.com.

பதிப்புரை

சங்க இலக்கியம் தொல்தமிழரின் கவிக்களஞ்சியம் மட்டுமன்று கருத்துப் பெட்டகமும் ஆகும். எட்டுத்தொகை பத்துப்பாட்டு எனும் பதினெட்டு தொகையும் பாட்டுமாக அமைந்து பண்டைத் தமிழரின் பண்பாட்டையும் வாழ்வியலையும் சிறப்பான முறையில் சேர்த்து வழங்கி வருகின்றது. காலந்தோறும் ஆய்வாளர்கள் பலர் ஆய்ந்து உரைத்து வருகின்றனர். அட்சயா இவர்களில் ஒருவராகிறார் இப்போது.

முனைவர் அட்சயா ஆய்வில் அக்கறையும் ஆர்வமும் கொண்டவர். அவரது நூல்கள் சில காவ்யா பதிப்பகத்தாரால் வெளியிடப்பட்டுள்ளன. இந்நூலில் தொழில், இசை, கருவிகள், அறம், நேரமேலாண்மை, கொடை நிர்வாகம், பண்பாடு, உளவியல் போன்றவற்றை ஆராய்ந்துள்ளார். அட்சய பாத்திரம் அள்ள அள்ள குறையாதது. இவரும் மேலும் மேலும் நூல்கள் தருவாராக.

காவ்யா சண்முகசுந்தரம்

பொருளடக்கம்

1. சங்க இலக்கியத்தில் தொழில்கள் — 01
2. தொல்காப்பியத்தின் வழி அறியலாகும் சங்கவாழ்வியல் இசை — 18
3. திருமுருகாற்றுப்படையில் முருகனின் வடிவழகு — 32
4. சங்க இலக்கியத்தில் தோற்கருவிகளும், துணைக்கருவிகளும் — 48
5. சங்க இலக்கியங்களில் இசைக்கருவிகள் — 69
6. புறநானூறு காட்டும் அறம் — 78
7. புறநானூற்றில் நேர மேலாண்மையும் கொடை நிர்வாகமும் — 84
8. சங்க இலக்கியம் காட்டும் பண்பாட்டுப் பதிவுகள் — 95
9. உளவியல் கோட்பாடுகளும் சங்க இலக்கியமும் — 116

1. சங்க இலக்கியத்தில் தொழில்கள்

முன்னுரை

தமிழக வரலாற்றின் பொற்கால இலக்கியமாக பொங்கிவரும் புதுப்புனலாய் பூமியிலே புறப்பட்ட சான்றாக சங்க இலக்கியம் திகழ்கிறது. இஃது அகமென்றும், புறமென்றும் இலக்கணம் வகுத்திருப்பதைக் காணும்போது இது தமிழுக்குக் கிடைத்த தனிச் சிறப்பேயாகும். பாட்டும் தொகையும் எனப்படும் நூல்கள் சங்க இலக்கியங்கள் ஆகும். பாட்டு என்பது பத்துப்பாட்டு, தொகை என்பது எட்டுத்தொகை நிலத்தை ஐந்தாகப் பிரித்தான் தமிழன். குறிஞ்சி, முல்லை, மருதம், நெய்தல், பாலை இந்த ஐவகை குறிஞ்சி, முல்லை, மருதம், நெய்தல், மருத நில மக்களின் தொழில் மற்றும் நெய்தல் நில மக்களின் தொழில்களைப் பற்றி எடுத்துரைப்பதே இப்பகுதியின் நோக்கமாகும்.

குறிஞ்சி நில மக்களின் தொழில்

மலையும் மலைசார்ந்த பகுதி குறிஞ்சி நிலமாகும். முதன்முதலில் மக்கள் தோன்றிய இடம் மலையுச்சியே என்பர். ஆகவே இங்கு மக்கள் விலங்குகளோடு விலங்குகளாக வாழ்ந்து நாளடைவில் விலங்கு வாழ்வினின்றும் வேறுபட்ட நாகரிக வாழ்வைத் தொடங்கிய இடமும் குறிஞ்சி நிலப்பகுதியே எனலாம். மூங்கில்கள் உரசுவதால் நெருப்பு உண்டாவதைக் கண்டே நெருப்பை உண்டாக்கிக் கொள்வதற்குத் தீக்கடைக் கோலைக் கண்டு பிடித்துக் கொண்டதும் இங்கே தான். தம்மோடு உறைந்த கொடிய விலங்குகளை வேட்டையாடி அவைகளைக் கொன்று அவைகளிலும் ஆற்றல் மிகுந்தோராக விளங்கத் தொடங்கியதும் இங்கே தான். (இலக்குவனார், இலக்கியம் கூறும் தமிழர் வாழ்வில், ப.27) என்று குறிஞ்சி நிலத்தில் வாழும் மக்களின் வாழ்க்கைப் போராட்டத்தையும் நாகரிகத் தொடக்கத்தையும் இலக்குவனார் குறிப்பிட்டு உள்ளதின் வாயிலாக அறிய முடிகின்றது.

தமிழ் இலக்கியம் பற்றி அறிமுகக் கட்டுரை ஒன்றில் இதே கருத்தை, மானிடவியலார் வரலாற்றாசிரியர் ஆகியோரின் கலைச் சொற்களைக் கையாண்டு கூறுவதாவது,

"திராவிடத்திற்கு முற்பட்ட தொன்மையான தமிழ் மக்கள் குன்றுகளிலிருந்ததுடன் காடுகளிலிருந்தும் வளமான சமவெளிப் பகுதிக்கும் சென்று வரலாற்று அடிப்படையில் இடப் பெயர்ச்சிகளையும் அல்லது வேறு வகையில் சொல்லப் போனால் புதிய கற்கால வேடர் நிலையிலிருந்து தொடங்கி இடைப்பட்ட நிலையிலுள்ள ஆட்டு மந்தை மேய்ப்பாளர் நிலையைக் கடந்து நிலைத்த வாழ்க்கையை உடைய உழவன், மீன் பிடிப்பவர் நிலைக்கு வந்த வளர்ச்சியையும் இவ்வைந்து பிரிவுகளும் வெளிப்படுத்துவது இயலுகின்ற ஒன்றே" என்று மக்களின் தொடர்ச்சியைப் பற்றிக் குறிப்பிட்டு உள்ளதை அறிய முடிகின்றது.

வேட்டையாடுதல்

குறிஞ்சிநில மக்களின் முக்கியத் தொழில் வேட்டையாடுதல், தினைப் பயிரிடல், விலங்குகள் வளர்த்தல் முதலியனவாகும். வேட்டைத் தொழிலின் பழமைச் சிறப்புப் பற்றி,

"விலங்குகள் வளர்த்தல், பயிரிடுதல் முதலியவற்றைவிட வேட்டைத் தொழில் சாலப் பழமையானதாகும்" (Encyclopedia of the Social Science, P.556) என்று கலைக்களஞ்சியம் விளக்குகிறது.

பண்டைய மனிதன் முதன் முதலாக வேட்டையாடுதலையே மேற்கொண்டான். (A.L.Kriber, Anthroplogy, P.117) என்று மானிடவியலாரும் கூறுவர். கலைக் களஞ்சியமும் மானிடவியலாரும் கூறும் இவ்விளக்கம் அறிவுப்பூர்வமானதாகும். வேட்டைத் தொழில் என்பது பழமையானதாக இருந்திருப்பதற்கு அழுத்தமான காரணங்கள் உள்ளன. ஒரு தொழிலை நிலத்தின் அமைப்பு, மக்களின் நாகரிக நிலை, அறிவு முதிர்ச்சி,

வாழ்க்கைத் தேவைகள், திறமையின் அளவு ஆகியவனவே உருவாக்குகின்றன.

குறிஞ்சி நிலம் விலங்குகள் அதிகமாக உலவுகின்ற இயற்கைப் பின்னணியைக் கொண்டது. குறிஞ்சி நில மக்கள் நாகரிக முதிர்ச்சி இல்லாத, கல்வி வாய்ப்பிற்கு அதிக இடமற்ற வாழ்க்கையை உடையவர்கள். உடல் வலிமையே அவர்களது முதன்மையான உடைமையாகும். விலங்குகளுக்கிடையே அச்சம் தரத்தக்க வாழ்க்கையை அவர்கள் கொண்டிருந்ததால் விலங்குகளை எதிர்த்துப் போராட வேண்டிய உரம் இயல்பாகவே அவர்களுக்கு வந்து விடுகிறது. ராபர்ட் ஹென்றி, 'உலக வேட்டைக்காரர்கள்' என்ற நூலில்,

"கொடிய விலங்குகளைப் பார்த்து மனிதர்கள் எவ்வாறு அச்சமுறுகிறார்களோ அவ்வாறே வேட்டையாடும் மனிதர்களைப் பார்த்து விலங்குகளும் அச்சமுறுகின்றன" (Robert Huntry, World Hunter, P.117) என்று குறிப்பிட்டுள்ளார்.

குறிஞ்சி நிலப் பொதுமக்களின் தொடக்க காலத்தில் முக்கிய உணவு வேட்டையாடிய விலங்குகளின் இறைச்சியே. மான், முயல், உடும்பு, நரி முதலிய விலங்குகளை வேட்டையாடியது இவ்விலங்குகளால் தம் உயிருக்கு ஊறு இல்லையாயினும் இவ்விலங்கு ஊனின் மீது கொண்ட விருப்பின் காரணமாக இவற்றை வேட்டையாடினர். எனவே இம்மக்கள் தம்மைக் காத்துக் கொள்ளவும், உணவுக்காகவும் வேட்டைத் தொழில் செய்தனர் என்பதை அறிய முடிகின்றது.

குறிஞ்சி நில மக்கள் கூட்டாக சேர்ந்து வேட்டையாடும் தன்மைக் காணப்படுகின்றது. காரணம் புலி, சிங்கம், யானை, காட்டுப் பன்றி போன்றவை. மனிதனைக் காட்டிலும் ஆற்றல் மிக்கவை. விரைந்து ஓடி மறையும் தன்மை கொண்டவை என்பதை பின்வரும் புறநானூற்று வரிகள் மெய்ப்பித்துக் காட்டுவதை,

"அதன் எறிந்தன்ன நெடுவெண் களரின்
ஒருவன் ஆட்டும் புல்வாய்போல
ஓடி உய்த்தலும் கூடுமன்" (புறநானூறு பா.193:1-3)

என்னும் பாடல் வரிகளின் வாயிலாக அறிய முடிகின்றது. அதனால் வேட்டையாடும் நிமித்தம் தொடக்கம் முதலே கூடி வாழ்க்கை நடத்தும் இனமாகவே மனித வாழ்க்கை அமைந்துள்ளது. இத்தகைய குழு வேட்டையைத் தனிமனித வேட்டையாகவும் சங்க இலக்கியங்கள் குறிப்பிடுவதை,

"யானை வேட்டுவன் யானையும் பெறுமே" *(புறம், 214:4)*

"கைம்மான் வேட்டுவன்" *(புறம், 320:3)*

என்ற புறநானூற்று வரிகளின் வாயிலாக யானை வேட்டையும், தனிமனித வேட்டையாகவே கூறப்பட்டிருப்பதை அறிய முடிகின்றது.

சங்க காலத்தில் வாழ்ந்த மதுரைக் கணக்காயனார் மகனார் நக்கீரனார் செல்வத்தின் உயர்ந்த எல்லையில் இருப்பவனுக்கு தென்கடல் வளாகம் பொதுமையின்றி வெண்குடை நிழற்றிய ஒருமையோனைக் குறிப்பிட்டு விட்டு தாழ்ந்த எல்லையில் இருப்பவனுக்கு,

"நடுநாள் யாமத்தும் பகலும் துஞ்சான்
கடுமாப் பார்க்கும் கல்லா ஒருவற்கும்" *(புறம், பா. 189:3-4)*

என்று வேட்டுவனைக் குறிப்பிடுகிறார். இது வேட்டைத் தொழில் அருகிய பயனைத் தந்ததையே குறிக்கிறது.

பயிரிடுந்தொழில்

வேட்டைத் தொழில் இந்நில மக்களுக்கு அருகிய பயனைத் தரவே மக்கள் பசிக் கொடுமையால் கனிகளை உண்போராக, காய்களை உண்போராக, கீரைகளை உண்போராக மெல்ல மெல்ல மாறினர். இவ்வாறு மரக்கறியையும் உண்ணத் தலைப்பட்ட குறிஞ்சி நில மக்கள் தோரை, நெல், தினை இவற்றைப் பயிரிட நிலம் இல்லாதபோது, மணம் கமழ் சந்தன மரங்களை வெட்டி நிலத்தை பண்படுத்தி அதில் தோரை, நெல், வெண்சிறுகடுகு, இஞ்சி, மஞ்சள், மிளகு, அவரை என்று பல தானியங்களைப் பயிரிட்டு பயிர்த் தொழில் செய்தனர் என்பதை,

"குறுங் கதிர்த் தோரை நெடுங்கால் ஐயவி
ஐவன வெண்ணெல்லொடரில் கொன்பு நீடி
இஞ்சி மஞ்சள் பைங்கறி பிறவும்"

(மதுரைக் காட்சி, பா.287:89)

என்ற மதுரைக்காஞ்சி பாடல் வரிகள் மெய்ப்பித்துக் காட்டியிருப்பதை அறிய முடிகின்றது.

இதில் ஐவன வெண்ணெல் என்பதற்கு மதுரைத் தமிழ்ப் பேரகராதி மலை நெல் அல்ல. காட்டு நெல் என்று பொருள் கூறுகின்றது. பேராசிரியர் கே.கே.பிள்ளை அவர்கள்,

"சங்க காலக் குறிஞ்சி நிலப் பொது மக்கள் வெண்ணெல், ஐவன நெல், தோரை நெல் என்ற மூன்று வகையான நெல்லைப் பயிரிட்டிருக்கின்றனர்" என்று கூறுகிறார்.

கொல்லைக் காட்டை உழுகின்ற குறவரைத்,

"தளிபதம் பெற்ற கானுழு குறவர்" *(நற்றிணை, 209-2)*

என்று நற்றிணை பாராட்டுகின்றது.

தேனெடுத்தல்

குறிஞ்சி நில மக்கள் பயன்படுத்திய மற்றொரு சிறந்த உணவுப் பொருள் தேன். மலைகளில் நிறைய தேன் கிடைத்ததை,

"கருங்கோற் குறிஞ்சிப் பூக்கொண்டு
பெருந்தேன் இழைக்கும் நாடனொடு நட்பே"

(குறுந்தொகை, 3:3:4)

என்னும் அடிகளிலுள்ள, 'பெருந்தேன்' என்றும் தொடரின் வாயிலாக அறியமுடிகின்றது. குறவர் கண்ணேணியால் தேவை எடுத்த செய்தியை,

"சிறுமை யற்ற களையாப் பூசல்
கலைகை யற்ற காண்பி னெடுவரை

நிலபெய் திட்ட மாப்பு நெறியாகப்
பெரும்பயன் றொகுத்த தேங்கொள் கொள்கை”

(மலைபடுகடாம், 439)

என்ற பாடலின் வாயிலாக தேன் தன் அளவில் ஆற்றல் மிக்க உணவாவதோடு பிறவற்றிற்கு இனிமை கூட்டவும் பயன்பட்டது. தினை மாவோடு தேன் கலந்து உண்ட செய்தியை அறிய முடிகின்றது.

குறிஞ்சி நில மக்களின் வாழ்க்கையை அடிப்படையாகக் கொண்டு எழுந்த சிற்றிலக்கியமே குறவஞ்சி என்பது. குற்றாலக் குறவஞ்சியில் வரும் தலைவனாகிய சிங்கன் வயிற்றுப் பசியாலும், உடற்பசியாலும், அலமரும் காட்சியைத் தெளிவாக சித்தரிக்கிறார். சிங்கன் முதலானோர் நாடோடிக் குறவர்களாகக் காட்சியளிப்பதோடு உணவிற்காகப் பறவை வேட்டை மேற்கொண்டிருப்பதைக் காட்டுகிறார் திரிகூடராசப்பக் கவிராயர். மாறாக நிலைத்த குடியிருப்போடு பயிரிடுந் தொழிலும் விலங்கு வேட்டையும் மேற்கொண்ட குறவர்களையே குறிஞ்சிப்பாட்டு முதலிய இலக்கியங்கள் காட்டுகின்றன. நாகரிகம் அரும்பி நிற்கும் நிலையைக் குறிஞ்சி தெளிவாகக் காட்டுகிறது.

முல்லை நில மக்களின் தொழில்

முல்லை நிலத்து மக்களை ஆயர்கள் என்றும், பெண் மக்களை ஆய்ச்சியர் என்றும் அழைப்பர். திவராக நிகண்டு இந்நிலத்து ஆடவர் பெயர்களையும், மகளிர் பெயர்களையும்,

“முல்லையாளர், கோவலர், இடையவர், பொதுவர்,
ஆண்வல்லோர், குடவர், பாலர், தொறுவர்,
கோவிந்தர், அண்டர், கோபாலர், ஆயர், அமுதல்,
ஆய்ச்சியர், தொறுவியர், பொதுவியர், குடத்தியர்,
இடைச்சியர்” *(திவாரக நிகண்டு, பெயர் தொகுதி, ப.40)*

என்று குறிப்பிடுவதின் வாயிலாக அறிய(முடிகின்றது.

முல்லை நில மக்களை,

"அறவை தோம்பி ஆப் பயனளிக்கும்
கோவலர் வாழ்க்கை யோர் கொடும்பாடில்லை"

(சிலம்பு, அடைக்கலகாதை, 120-121)

என்றும் இலக்கியங்கள் பாராட்டுகின்றன. தொல்காப்பிய பொருளதிகார அகத்திணை நூற்பாவிற்கு உரை கூற வந்த நச்சினார்க்கியர், முல்லை நிலத்துக் குலப்பெயர்களாகக் 'கோவலர், இடையர், ஆயர், பொதுவர், கோவிந்தையர், இடைச்சியர், ஆய்ச்சியர், பொதுவியல்" *(தொல்., பொருள், நச்., ப.48)* என்று குறிப்பர். இதில் கூறும் பெயர்களில் கோவலர் என்ற சொல்லைப் பசுக்களைக் காப்பவர் *(மதுரைத் தமிழ்ப் பேரகராதி, முதல் பாகம், க.772)* என்ற பொருளில் மதுரைப் பேரகராதி சுட்டுகிறது.

ஆனிரை மேய்த்தல்

முல்லை நிலம் காடும் காடு சூழ்ந்த இடமாகத் திகழ்வதால் இந்நிலத்து மக்கள் காடுகளில் வாழ்பவர்கள் என்பதை,

"கானத் தண்டர்" *(குறுந் தொகை., 210-1)*

என்று குறுந்தொகைப் பாடல் வரியின் வாயிலாக அறிய முடிகின்றது. இவர்களது முக்கியத் தொழிலாக விளங்குவது ஆனிரை மேய்த்தலே என்பதை,

"புல்லினத்தாயார்" *(கலித்தொகை, 102:47)*

"நல்லினத் தாயார்" *(கலித்தொகை, 113:10)*

"கோவிந்த் தாயார்" *(கலித்தொகை, 103-37)*

"குறுங்காற் குரவின் குவியினர் வான்பூ
ஆடுடை இடை மகள்" *(நற்றிணை, 266:2-3)*

"...............மாமேனி
அந்துவ ராடைப் பொதுவன்" *(கலித்தொகை, 102:36-37)*

என்ற சங்க இலக்கியப் பாடல் வரிகளின் வாயிலாக அறிய முடிகின்றது.

உழவுத் தொழில்

முல்லை நிலத்து மக்கள் ஆனிரை மட்டும் மேய்த்து வாழாமல் உழவுத் தொழிலையும் மேற்கொண்டு வாழ்ந்தனர். முல்லை நிலத்துத் தொழில் வளர்ச்சியை ஆராயும் க.சிவதம்பி அவர்கள்.

“வித்தையர், முதையல் என்ற சொற்களின் ஆட்சியால் ஆயர் ஆடு, மாடுகளை மட்டும் மேய்த்தலோடு உழவுத் தொழிலும் முன்னேற்றம் கண்டனர் என்பதைப் புலப்படுத்தும் என்றும், உழவின் நிறைவு நிலை முறையே குறிஞ்சி, முல்லை, மருதம், நெய்தல் ஆகிய நிலங்களில் அமைகின்றன என்றும் குறிப்பிட்டுள்ளார். இம் முல்லை நிலத்து மக்களே உழவுத் தொழிலுக்கு முன்னோடியாகத் திகழ்ந்ததை,

“குறுஞ்சாட்டு உருளையொடு கலப்பை சார்த்தி
நடுஞ்சுவர் பறைந்த புகை சூழ் கொட்டில்”

(பெரும்பாணாற்றுப்படை, *188-189*)

என்ற பாடல் வரிகளின் வாயிலாக உழவுக்குத் தேவையான கொட்டிலுள்ள கடம், உருளை, கலப்பை இவற்றையெல்லாம் சார்த்தி வைக்கப்பட்டிருந்த நிலையும், அந்நீண்ட சுவர் புகை படிந்து காணப்பட்டதையும் அறியமுடிகின்றது.

மருதநில மக்களின் தொழில்கள்

வயலும் வயல் சார்ந்த பகுதி ‘மருதம்’ எனப்பட்டது. அங்கு வாழ்ந்தவர்கள், ‘ஊரார்’ எனப்பட்டனர். மருத நிலப்பகுதி பெரிதும் வளமிக்க ஆற்றுப்படுகளை ஒட்டியும், குளம், குட்டைகளை அடுத்தும் அமைந்து இருந்தது. உழவு அம் மக்களின் தொழிலாக அமைந்தது. இவ்வசதியால் மக்கள் குடியேற்றம் அங்கு அதிகமாதல் இயல்பாகிறது. முல்லை நிலத்தை விடச் செழுமையான சமுதாய வாழ்க்கை மருத நிலத்தில் அமைந்து விளங்கியது. உலகின் பழம்பெரும் நாகரிக

நாடுகள் எல்லாம் ஆற்றங்கரை நாகரிகங்களாக விளங்கியமைக்கு வயல் வளம் மிக்க மருத இயற்கைச் சூழல் ஒரு காரணமாகும்.

உழவுத் தொழில்

"இந்நிலத்துப் பொது மக்களின் முக்கியத் தொழில் விவசாயம் செய்தலே. இவ்வுழவு முறை தமிழகத்திற்கு எப்போது வந்தது என்று அறிவது முக்கியமானதொன்றாகும். காரணம் ஒரு சமூகத்தின் வளர்ச்சிக்கு அடித்தளமாக அமைவதே உழவுத் தொழில்தான். மனிதன் கால்நடை நிலம் ஆகியவற்றிற்கு இடையே உள்ள உறவு முறையில் மிக முக்கியத்துவம் பெற்று உழுது பயிரிடும் வேளாண்மைப் பொருளாதாரத்திற்கும், நாகரிகத்திற்கும் அடிகோலுகிறது" (எஸ்.ஆர்.பாலசுப்பிரமணியன், சோழர் கலைப்பணி, ப.72) என்பார்.

இந்நாகரிக தொடக்க நிலையில், மனித வாழ்வில் உழைப்பவர், உழைப்பில் ஈடுபடாமல் உழைப்பாளனின் உழைப்பை உறிஞ்சுபவன் என்ற பாகுபாடு வந்தது என்பார் சமூகவியலார். நெல் விளைத்தல், கரும்பு, தென்னை உற்பத்தி செய்தல் போன்றவை முக்கியத் தொழில்களாகும். இவ்வுற்பத்திக்கேற்ப மண் வளமும், நீர் வளமும் மருத நிலத்தில் மிக்கு இருந்த காரணத்தினால் உற்பத்தித் திறன் மேலோங்கி இருந்ததை அறிய முடிகின்றது.

நீர்வளத்தை பொறுத்தவரை மேம்படுத்திக் கொடுப்பது மன்னனது கடமையாகக் கருதப்பட்டது. அதனாலே அம்மன்னன் உடம்பையும் உயிரையும் படைத்தவனாகக் கருதப்பட்டதை,

"நீரும் நிலனும் புணரியோன் ஈண்டு
உடம்பும் உயிரும் படைத்திசி னோரே
வித்திவா னோக்கும் புண்புலங் கண்ணகன்
வைப்பிற் றாயினு நண்ணியாளும்
....
நிலனெளி மருங்கின் நீர்நிலை பெருகத்

தட்டோர் அம்ம அவண் தட்டோரே
தள்ளாதோர் இவண் தள்ளாதோரே" *(புறநானூறு, 18:22-30)*

என்ற புறநானூற்றுப் பாடலின் வாயிலாகவும்,

"வானோக்கி வாழு முலகெல்லா மன்னவன்
கோனோக்கி வாழுங் குடி" *(குறள். 542)*

என்ற திருக்குறளின் வாயிலாகவும்,

"குளந்தொட்டு வளம் பெருக்கி" *(பட்டினப்பாலை, 284)*

என்ற பட்டினப்பாலை அடியின் வாயிலாகவும் அறிய முடிகின்றது.

இவர்கள் செந்நெல், வெண்ணெல் என்ற இருவகை நெல்லை விளைவித்தனர். இதில் பழஞ்செந்நெல் உயர்ந்ததாகக் கருதப்பட்டது. இதைச் செழிப்பான கழனிகளில் விளைவித்ததை,

"பூச்சாம்பும பிலத்தாங்கட்
காய்ச் செந்நெற் கதிரருந்து
மேட்டெருமை முழக்குழவி" *(பட்டினப்பால, 12-14)*

என்ற பட்டினப்பாலை வரிகளின் வாயிலாக அறிய முடிகின்றது.

"வெண்ணெல்லைக் குளத்து நீரைப் பயன்படுத்தி விளைவித்தனர்
குளக் கீழ் விளைந்த களக்கொள் வெண்ணெல்"
(புறநானூறு, 33-5)

என்றும், வெண்ணெல் விளையும் ஊரின் சிறப்பினை,

"வெண்ணெல் வைப்பின் நல்நாடு பெறினும்"
(அகநானூறு, 201-13)

என்று கூறுமளவிற்கு உயர்ந்ததாகக் கருதப்பட்டது என்பதை அகநானூறு வரி விளக்குகின்றது.

இவ்வெண்ணல்,

“ஒரு வகை காட்டரிசி”

(சு.வித்தியானந்தன், தமிழர் சால்பு, ப.212)

என்று குறிப்பிட்டுள்ளார். சாலியென்றொரு நெல்லையும் விளைவித்தனர். இவ்விருவகை நெல்லிலும் சற்று வேறுபட்டிருக்க வேண்டும். இந்நெல்லைச் சமுதாயத்தில் உயர்நிலை மக்கள் பெரிதும் பயன்படுத்தினர். (Om Prakash, Food and Drinks in ancient India, P.35) என்று ஓம்பிரகாஷ் குறிப்பிடுவதன் வாயிலாக அறியமுடிகின்றது.

கரும்பு பயிரிடல்

மருத நிலத்து உழவர்கள் கரும்பினையும் பயிரிட்டனர். கரும்பினை நடுவதற்குப் பாத்திக் கட்டியதை,

“கரும்பு நடு பாத்தியன்ன” *(குறுந்தொகை, 262:7)*

என்று குறுந்தொகையும்,

“கறும்புநடு பாத்தியிற் கலித்த வாம்பல்” *(ஐங்குறு நூறு, 65-1)*

என்று ஐங்குறு நூறு பாடல் வரியின் வாயிலாக எடுத்துரைக்கப்பட்டுள்ளதை அறிய முடிகின்றது.

இப்பாத்தி யானையின் பெரிய காலடி போன்றிருந்ததை பின்வரும் குறுந்தொகை வரிகள் மெய்ப்பித்துக் காட்டுவதை,

“கரும்பு நடு பாத்தியன்ன
பெருங்களிற் றடி” *(குறுந்தொகை, 262:7)*

இவ்வரிகளின் வாயிலாக அறிய முடிகின்றது.

உழவர்களுக்கு கரும்பு விளைவித்தல் முக்கியமான தொழிலாகும். அதனால் கரும்பாலைகள் ஒலித்துக் கொண்டிருப்பதை,

“கரும்பி னெந்திரங் களிற்றெதிர் பிளிற்றும்” *(ஐங்குறு நூறு, 551)*

“கரும்பி னந்திரஞ் சிலைப்பி யைல” *(புறநானூறு, 822:7)*

என்ற பாடல் வரிகளின் வாயிலாக அறிந்து கொள்ள முடிகின்றது.

நெய்தல் நிலமக்களின் தொழில்கள்

நெய்தல் நிலத்து மக்களின் முக்கியத் தொழில் மீன் பிடித்தலும், உப்பு விளைத்தலும், குளித்தலுமே. இவர்களது வாழ்க்கை எளிமை நிறைந்ததாயும், பண்பாடு மிக்கதாயும் விளங்குகிறது. இந்நிலத்து ஆடவர்களை நுளையர், திமிலர், பரதவர் என்றும் பெண் மக்களை நுளைத்தியர், நுளைச்சியர், பரத்தியர் என்றும் ஆடவரின் தலைமக்களை கொண்கன், துறைவன், சேர்ப்பன், புலம்பன், மெல்லம்புலம்பன் என்றும், தலைமக்களைத் தலைவி பெயர் வந்த வழிக்காண்க என்றும், உரை கூறுவர் அ.தட்சிணாமூர்த்தி.

"கடலுக்குப் 'பரவை' என்றும் பெயர் உண்டு. எனவே கடல் வாழ்நர் பரதவர் எனப்பட்டனர் போலும்" (அ.தட்சிணாமூர்த்தி, தமிழர் நாகரிகமும் பண்பாடும், ப.53) என்கிறார்.

மீன் பிடித்தல்

மருத நிலத்தினின்றும் முற்றிலும் மாறுபட்ட வாழ்க்கையைக் கொண்ட இந்நிலத்துப் பொதுமக்களில் ஒரு சாரார் உப்பு வணிகராக உள்நாடுகளிலும் மற்றொரு சாரார் மீன் பிடிப்பதற்காகக் கடலிலும் அலைந்து திரியும் வாழ்க்கைப் போராட்டத்தைக் கொண்டனர். கடலில் சென்று மீன்பிடிக்கும் பரதவர்கள் நன்கு வலிமை பெற்றவர்களாகவும் முறுக்கேறிய தசையினையும் பரந்த மார்பினையும் கொண்டவர்களாகவும் எதற்கும் அஞ்சாதவர்களாகவும் இருந்தனர். (பெரும்பாணாற்றுப்படை, 61)

இவர்கள் மரக்கலங்களிலும் கட்டு மரங்களிலும் மீன் பிடிப்பர். இவர்கள் பயன்படுத்திய மரக்கலன்களுக்கு திமில், நாவாய், வங்கம், அம்பி, தோணி, ஓடம், கலம், பஃறி

(நற்றிணை, 111:6, 199:6, 331:6, 372:12) என்ற சொற்களை வழங்கியுள்ளனர். இவர்கள் அலைபாயும் கடலில் அன்றாட வாழ்க்கையினை நடத்த நள்ளிரவில் கடும் குளிரையும் பொருட்படுத்தததது தீப்பந்தங்களின் உதவியுடன் கொடுஞ்சுறா வேட்டம் புரிந்தனர் என்பதை,

“செய்விசும்பு இவர்ந்த செங்கதிர் மண்டிலம்
மால்வரை மறையத் துறைபுலம் பின்றே
இற அருந்த எழுந்த கருங்கால் வெண்குருகு
வெண்குவட்டு அருஞ்சிறைத் தா அய்க் கரைய
கருங்குவட்டுப் புன்னை இறை கொண்டனவே
கணைக்கான் மாமலர் கரப்ப மல்ருகழித்
துணைச்சுறா வழங்கலும் வழங்கும்ஆயிடை
எல்லிமிழ் பனிக்கடல் மல்கு சுடர்க் கொளீஇ
எமரும் வேட்டம் புக்கனர்” *(நற்றிணை, 67:1:9)*

என்ற நற்றிணைப் பாடல் வரிகளின் வாயிலாக அறிய முடிகின்றது. கொடுஞ்சுறா வேட்டத்தில் சுறாமீன் வலையைக் கிழித்துக் கொண்டு தப்பி ஓடுதலும் உண்டு. அப்போது பரதவர்கள் ஏமாற்றத்துடன் வீட்டிற்குத் திரும்புவதை,

“............. ....தின்டிமில்
எல்லுத் தொழின் மடுத்த வல்வினைப் பரதவர்
கூர் வளிக் கடுவிசை மண்டலிற் பாய்ந்துடன்
கோட்சுறாக் கிழித்த கொடுமுடி நெடுவலை”

(அகநானூறு, 340:18-21)

என்னும் பாடல் வரிகளின் வாயிலாக அறியமுடிகின்றது. இதன்மூலம் இவர்களது வாழ்க்கை ஏமாற்றம் உடையதாகவும், அச்சம் நிறைந்ததாகவும் இருப்பதை உணர முடிகின்றது.

முதல் நாள் வலையைக் கிழித்துத் தப்பியோடிய சுறா மீனை மறுநாள் முனைந்து நின்ற பதவர்கள் பிடித்து வெற்றி காண்பர். இரவு நேரத்தில் தான் கடல் ஒலி அடங்கியிருக்கும்.

அந்நேரத்தில் இப்பரதவ மக்கள் மீன்பிடி படகில் சென்று விளக்கின் உதவியுடன் நல்ல கொழுமீனைப் பிடித்து வைகறைப் பொழுதில் கரை திரும்பியதை பின் வரும் பாடல் வாயிலாக எடுத்துரைக்கிறது,

"பெருந்திரை முடிக்கடுமா ழயக்கவிந் திருந்த
கொண்டல் இரவில் இருங்கடல் மடுத்த
கொழுமீன் கொள்பவர்" *(அகநானூறு, 100)*

என்ற அகநானூற்றுப் பாடலின் வாயிலாக அறியமுடிகின்றது.

உப்பு விளைவித்தல்

மழைக் காலத்து நெல் விளைவித்தும் ஏனைய காலங்களில் கடல் நீரைத் தேக்கி உப்பை விளைவித்தும் வாழ்ந்தனர். 'மழையின்றி மாநிலத்தார்க்குக் கில்லை' என்பதைப் பொய்யாகும் வகையில் மழை பெய்தால் நெல் விளைந்து பெரிய கதிர்களை உடைய புதிய வருவாயினைப் பெறுவோம். மழை பொய்த்தால் உப்பளத்தில் வெள்ளுப்பினைக் குறைவின்றி விளைத்து செம்மாந்து வாழ்வோம் என்று கூறுவதை,

"உமணர்கள் சிறுசிறு பாத்திகளாகப் பிரித்து அதில்
நீரைப் பாய்ச்சி உப்பு விளைத்து மழையினை நாடாத
வளமிகு வாழ்வுடையது எம் சிறுகுடி" *(நற்றிணை,254:10-12)*

என்று கூறுவது கொண்டும் இவர்களது உழைப்பு அருமையை அறியமுடிகின்றது.

உமணர் காய்ச்சும் உப்பினை உமணப் பெண்கள் பல குன்றம் கடந்து விலை கூறி விற்று அதற்கு மாற்றாக நெல்லைக் கொண்டு வந்ததன் மூலம் பொருளியல் வாழ்வில் அவர்கள் வகித்த பங்கினை,

"பெருங் கடல் வேட்டத்துச் சிறுகுடிப் பரதவர்
இருங்கழிச் செறுவின் உழாஅது செய்த
வெண்கல் உப்பின் கொள்கை சாற்றி

என்றூழ் விடர குன்றம் போகும்
கதழ்கோல் உமர் காதல் மடமகள்
சில்போல் எல்வளை தெளிர்ப்ப வீசி
நெல்லின் நேரே வெண்கல் உப்பெனச்
சேரி விலைமாறு கூறலின் மனைய
விளியறி ஞமலி குரைப்ப வெரீஇய" *(அகநானூறு, 140)*

என்ற அகநானூற்றுப் பாடல் வரிகள் சான்று கூறும் உப்புக்கு நிகரான பொருள் நெல் என்பது உணரப்படும். கூட்டமாய்க் காடும், மலையும் கடந்து சென்று உப்பு விற்கும் இவர்களது நிலையா வாழ்க்கையினை,

"உவர் விளை உப்பின் குன்று போல் குப்பை
மலையுய்த்துப் பகரும் நிலையா வாழ்க்கைக்
கணக்கொள் உமணர்" *(நற்றிணை, 138:1-3)*

என்ற பாடல் வாயிலாக அறியமுடிகின்றது.

இந்நெய்தல் நிலத்துப் பொதுமக்களின் பொருளியல் வாழ்க்கை இனிதாக இருந்தாலும் கூட இப்பொருள் தேடலுக்காக வாழ்க்கையில் நாள்தோறும் துன்பங்களைச் சந்திக்கிற வாழ்க்கையாகவே அமைந்திருக்கிறது. கடலுக்குச் சென்று ஆயத்துக்களுக்கு நடுவில் வாழ்க்கைத் தேவைகளுக்காகப் போராட வேண்டி உள்ளது. கடலுக்கும் செல்ல வேண்டும். மீன் பிடிக்க வேண்டும். எதிர்பாராது இயற்கையின் துன்பங்கள் நிகழுமானால் அவற்றுக்கும் ஈடு கொடுத்துப் போராட வேண்டும் என்கிற நெருக்கடி அவர்களைச் சுற்றிப் பின்னியிருக்கிறது. அதனால்தான் 'இரங்கல்' என்பதையே இந்நிலத்திற்குரிய உரிப்பொருளாக இலக்கண நூலாசிரியர் வரையறுத்துள்ளனர் என்பதை அறிய முடிகின்றது.

முத்துக்குளித்தல்

நெய்தல் நில மக்கள் மீன்வேட்டம், உப்பு விளைவித்தல், நெல் விளைவித்தல் முதலான தொழிலினை மட்டும் மேற்கொள்ளாமல் மூச்சடக்கி எதிர்த்து வரும் கொடுஞ்சுறா

மீன்களைக் கொன்று முத்தினையும், சங்கினையும் கொண்டு வரும் தொழிலும் ஈடுபட்டிருந்தனர். கொடுஞ்சுறா மீன் தாக்க வந்தால் அவற்றைக் கட்டுப்படுத்தும் மந்திரங்களைச் சொல்லிச் செயலிழக்கச் செய்து பின் முத்தெடுத்தனர். இம்மந்திரம் பற்றிய செய்தியினை, 'வெனிஸ்' எனும் நூலில் மார்கோபோலே,

"இக்குடாவில் (வங்காளவிரிகுடா) அளவிற் பெரிய மீன்கள் (சுறாக்கள்) நிறைந்திருப்பதால் அவைகள் முத்துக் குளிப்பவர்களை அடியோடு கொன்று விடும். இக்கேட்டினைத் தவிர்க்கும் பொருட்டு அவ்விகர்கள் தங்களுடன் மந்திரத்தால் வசியம் செய்யும் பலரை அழைத்துச் செல்வர். பார்ப்பனக் குடியைச் சேர்ந்த இரு மந்திரவாதிகள் அம்மீன்களின் மீது தங்கள் கற்ற வித்தையை ஏவி அதனால் மீன்களைத் தம் வயப்படுத்தி முத்துக் குளிப்பவருக்கு யாதொரு தீங்கும் நேரிடாதவாறு தடுத்துப் பாதுகாக்கின்றன." (வி.எஸ்.ராகவன், மார்க்கோபோலே, ப.17) என்று கூறுகிறார். கனகசபை அவர்கள்,

"அவர்கள் (பரதவர்) முத்தும் சங்கும் எடுக்கக் கடலில் மூழ்கினர். அத்துடன் மூழ்குமிடத்து சுறாக்கள் வராமல் தடுப்பதற்குரிய மந்திரமும் அவர்கள் அறிந்திருந்தனர்." (வி.கனகசபை, 1800 ஆண்டுகளுக்கு முற்பட்ட தமிழகம், ப.86) என்று கூறுவதும், ஈண்டு எண்ணத் தக்கது. இவ்வாறு கடுமையான சூழலுக்கிடையே பங்கீடு செய்து கொள்ளும் பண்பாட்டினை,

> **"...................................விரிதிரைக்**
> **கண்திரள் முத்தங் கொண்டு ஞாங்கர்த்**
> **தேன் குமிர் அகன்கரைப் பகுக்குங்**
> **கானலம் பெருந்துறைப் பரதவன்"** *(அகநானூறு, 280:11-14)*

எனும் அகநானூற்றுப் பாடலும்,

> **"வளைபடு முத்தம் பரதவர் பகருங்**
> **கடல்கெழு கொண் கண்"** *(ஐங்குறு நூறு, 195:5-6)*

எனும் ஐங்குறு நூற்றுப் பாடல் அடியின் வாயிலாகவும் அறிய முடிகின்றது.

தொகுப்புரை

குறிஞ்சி நிலமக்கள் வேட்டையாடுதல், பயிரிடுதல், தேனெடுத்தல் ஆகிய தொழில்களைச் செய்தனர் என்பதை அறிய முடிகின்றது. முல்லைநில மக்கள் உழவுத் தொழில், ஆனிரை மேய்த்தல் போன்ற தொழில்களை மேற்கொண்டனர் என்பதையும் அறியமுடிகின்றது. மருத நில மக்கள் உழவுத் தொழில், கரும்பு பயிரிடல் போன்ற தொழில்களைச் செய்து செம்மாந்த வாழ்வினை வாழ்ந்தார்கள் என்பதை அறிய முடிகின்றது.

"உழுதுண்டு வாழ்வாரே வாழ்வார் மற்றெல்லாம்
தொழுதுண்டு பின் செல்பவர்"

"சுழன்றும் ஏர்பின்னது உலகம்தழிஇய
உழன்றும் உளவே தலை"

என்ற வள்ளுவரின் வாக்கிற்கேற்ப உழவுத் தொழில்களை அனைத்து நிலமக்களும் மேற்கொண்டனர் என்பதை அறியமுடிகின்றது. நெய்தல் நில மக்கள் மீன்பிடித்தல், உப்பு விளைவித்தல், முத்துக்குளித்தல் போன்ற தொழில்களைச் செய்தனர் என்பதையும் அறியமுடிகின்றது.

2. தொல்காப்பியத்தின் வழி அறியலாகும் சங்கவாழ்வியல் இசை

முன்னுரை

ஒல்காப் புகழ் தொல்காப்பியம் என்பது தொல்காப்பிய இலக்கண நூலுக்கு அடைமொழி. தமிழிசை தொன்மையும் தனித்தன்மையும் வாய்ந்த சிறப்பிற்குரியது. தமிழ் கூறும் நல்உலகில் இல்லாத செய்திகளே இல்லை. இல்லாத துறைகளே இல்லை. தொல் தமிழரின் மதிநுட்ப மிகுந்த ஆழமானது என்பதற்கு இசைத்துறையும் விதிவிலக்கில்லை என்பதை நிறுவும் விதமாக முந்து தமிழ் இலக்கண நூலாகிய தொல்காப்பியத்தில் பல இசைச் செய்திகளும் பொதிந்துள்ளன. பண்ணோடு பாடல் பாடப்படுவதற்கு முன்பே இசைக்கருவிகள் தோற்றம் பெற்றுவிட்டன. மனிதனின் சூழ்நிலைக்கேற்ப கருவிகள் உருவாக்கப்பட்டன. அவ்வாறு தோற்றுவிக்கப்பட்ட இசைக் கருவிகளில் தலைமை இடத்தை வகிப்பது யாழும், பறையும் ஆகும். நரம்புக் கருவியும் தோற்கருவியும் தமிழரின் தன்னேரில்லாத தொழில் நுட்பத்தையும் அனுபவ அறிவையும் வெளிப்படுத்துவன. செறிவு மிக்கக் கருவிகளை உருவாக்குவதில் தமிழர்கள் வல்லவர்கள் என்பதை இக்கருவிகள் பறைசாற்றுகின்றன. இத்தகைய சிறப்பிற்குரிய நரம்புக் கருவியாகிய யாழிசையின் சிறப்புக்களை எடுத்துரைப்பதே இப்பகுதியின் நோக்கமாகும்.

யாழ்

தொல்காப்பியர் குறிப்பிடும் கருப்பொருள்களில் இசையோடு தொடர்புடைய மூன்றினுள் ஒன்று யாழ். நரம்புக்கருவிகளில் தலையாய இடத்தைப் பெற்றிருப்பது. யாழ் என்னும் நரம்புக் கருவியைப் பாணர்கள் எப்போதும் வைத்திருந்தனர். எங்குச் சென்றாலும் யாழின்றி அவர்கள் சென்றதில்லை. சங்கத்தமிழர் வாழ்வில் யாழுக்கு மிக

முக்கியமான இடம் இருந்துள்ளதைச் சங்க இலக்கியம் பதிவு செய்கின்றது.

இயற்றமிழ் என்பது இசையோடு இணைந்து நடைபோட்டது என்பதற்குத் தொல்காப்பியம் பல சான்றுகளைப் பகர்கின்றது. கருப்பொருளில் ஒன்றாக யாழைக் குறித்ததோடு,

'நரம்பின் மறைய' *(தொல் - எழுத்து, நூன்., நூ.33)*

என்றும் விளக்குகின்றார். என்ப, என்மனார், நூலறி புலவ, நுசிந்தறி புலவ, யாப்பறி புலவ எனத் தொல்காப்பியர் 263 இடங்களில் குறித்துச் செல்கின்றார். அத்தகு இடங்களில் பல்வேறு துறை அறிஞர்களைச் சுட்டிச் செல்கின்றனர். அத்தகு நிலையில் நரம்பின் மறைய என்று சுட்டுவது இசை இலக்கணநூல் அறிஞர்களைச் சுட்டுவதாகும்.

நரம்பின் மறை என்பது ஓர் இசை குறித்த சொல்லாகும். *(வீ.ப.கா.சுந்தரம், தமிழிசைக் களஞ்சியம், ந.தொ., ப.170)* தொல்காப்பியர் காலத்திற்கு முன்னும் பின்னும் பாடும் இயல்புடையோர், நரம்புக் கருவியாகிய யாழை வைத்தே பாடியுள்ளனர். யாழ் இசையில் வல்ல இசையாளர்கள் இயற்றமிழுக்கு இலக்கணம் கூறுபவர்களாகவும் இருந்திருக்க வேண்டும். இசைநீட்டம் என்பது யாழாசிரியர்கள் இசையிலே கடைப்பிடித்த ஒரு கூறு என்பதை அறியமுடிகின்றது.

தொல்காப்பியர் இசை இலக்கண நூலை, நரம்பின் மறை என்பார். இங்கு 'நரம்பு' என்பது இசைச் சுரங்களைக் குறிப்பது. 'மறை' என்பது வேதநூல். இனி 'நரம்பு' என்றது ஆகுபெயராக இசை இலக்கணநூல் முழுமையையும் குறித்தது. இசை நரம்பியல் என்பதே 'நரம்பின் மறை' என்று வீ.ப.கா.சுந்தரம் விளக்குகிறார்.

எனவே, இசைச்சுரங்களை வாய்பாட்டாகப் பாடுவதோடு நரம்புக் கருவியிலும் இசைத்து அதன் மாத்திரை அளவுகளை ஆராய்ந்திருக்கின்ற பாங்கை அறியமுடிகின்றது.

> "முதலொடு புணர்ந்த யாழோர் மேன
> தவலருஞ் சிறப்பின் ஐந்நிலம் பெறுமே"
>
> (தொல்., பொருள் களவு, நூ.16)

பாங்கன் பன்னிரு இடங்களில் கூத்து நிகழ்த்தலாம். கைக்கிளைக்கு மூன்று, பெருந்திணைக்கு நான்கு, ஐந்நிலங்களுக்கும் ஐந்து ஆக பன்னிரு இடங்களில் கூத்து நிகழும். ஐந்நிலங்களில் கூத்து நிகழ்த்துவோர் பாணர்கள். இவர்கள் பாணர்கள் என்று குறிக்கப்பெறாமல் யாழோர் என்றே குறிக்கப்படுகின்றனர். பாணர்கள் யாழின்றி காட்சியளிப்பதில்லை என்பது அவர்கள் 'யாழோர்' என்னும் சொல்லால் அழைக்கப்படுவதிலிருந்து உறுதி செய்யப்படுகின்றது.

பாண மரபினர் உலகம் முழுவதும் இருந்துள்ளனர். இவர்கள் இசைக்கருவிகளோடு தொடர்புடையவர்களாக இருந்துள்ளனர். குறிப்பாகக் கிரேக்கத்திலும் yachnas என்று குறிக்கப் பெறும் பாணர்கள் யாழோடு தொடர்புடையவர்களாக இருப்பது குறிக்கத்தக்கது.

நிலத்திற்குரிய யாழ்களைக் குறிக்கும்பொழுது அவ்வவ் நிலத்துப் பெயரிலேயே உரையாசிரியர்கள் குறித்துச் செல்கின்றனர். இது வளர்ச்சி பெறாத தொடக்கக் காலத்திய நிலைப்பாடாகும்.

முல்லைக்கு முல்லையாழ், குறிஞ்சிக்குக் குறிஞ்சியாழ், மருத நிலத்திற்கு மருதயாழ், நெய்தல் நிலத்திற்கு நெய்தல் யாழ், பாலை நிலத்திற்கும் பாலையாழ் என்று அவ்வவ் திணை பெயரிலேயே யாழ்கள் பதிவு செய்யப்பட்டுள்ளன. (முனைவர் இராச. கலைவாணி, தொல்காப்பியத்தில் இசை, தொன்மையும் தொடர்ச்சியும், பக். 151-152)

யாழ் என்பது மிகவும் முக்கியத்துவம் மிகுந்ததாகக் கருதப்பட்டிருக்கின்றது. இசை இலக்கணம், இயல் இலக்கணம் ஆகிய எதை வகுத்தாலும் யாழின் இணைத்துப் பேசப்பட்டுள்ளது. எல்லாவற்றிற்கும் மேலாக யாழ் தெய்வ நிலையில் வைத்துப் போற்றப்பட்டுள்ளது. மிகச் சிறப்பாக

அழகு படுத்தப்பட்டுள்ளது என்பதைச் சிலப்பதிகாரத்தின் வாயிலாக பதிவு செய்துள்ளதை,

> **“சித்திரம் படத்துட்புக்குச் செழுங்கோட்டின் மலர்புனைந்து**
> **மைத்தடங்கண் மணமகளிர் கோலம்போல் வனப்பெய்திப்**
> **பத்தருங் கோடு மாணியு நரம்புமென்று**
> **இத்திறத்துக் குற்றநீங்கிய யாழ் கையில் தொழுதுவாங்கி”**

(சிலம்பு, கானல், 1-4)

என்ற சிலப்பதிகார வாயிலாக மிகவும் பயபக்தியோடு யாழைத் தொழுது கையில் வாங்கிய பாங்கு எடுத்துரைக்கப்பட்டுள்ளதை அறியமுடிகின்றது. எனவே, யாழ் என்பது சங்ககால மாந்தர்கள் வாழ்வில் எத்துணை முக்கியத்துவம் பெற்றதாக இருந்திருக்கிறார்கள் என்பது தெளிவாகின்றது.

யாழின் தோற்றம்

எந்த ஒரு செயலுக்கும் தொடக்க நிலை என்று ஒன்று உண்டு. மனிதன் இசை எனும் ஒன்றை உணர்ந்தபோது அவ்விசைக்கு ஒத்த இன்னபிறவற்றையும் ஆராய்ந்து கண்டுள்ளான்.

கருவியிசை என்பது அடையாளச் சின்னமாக அறிவிக்கும் ஒலியாக இருந்த காலம் மாறி இசைக்கருவியாகத் தொடர்ந்திருக்கின்றது. அவ்வகையில் முதலில் தோன்றியது வில்யாழே என்பது அறிஞர் பலரின் கருத்து. காலப்போக்கில் பலமாற்றம் பெற்று பல புதிய யாழ்கள் தோன்றியுள்ளன.

யாழின் வகைகள்

தமிழகத்தில் பல்வேறு வகையான யாழ்கள் வழக்கத்திலிருக்கின்றன. ஆயினும் பேரியாழ், நாரதயாழ், தும்புருயாழ், கீசகயாழ், மருத்துவயாழ், மகரயாழ், சீறியாழ், பேரியாழ் என்பன குறிப்பிடத்தக்கன.

சங்க இலக்கியத்தில் வில்யாழ், சீறியாழ், பேரியாழ் என்னும் மூவகை யாழ்களைக் காணமுடிகின்றது. (கல்லாடல், ப.289)

வில்யாழ்

மரங்கள் அடர்ந்த முல்லை நிலத்தில் இடையன் புகையெழுப்பிக் குழல் அமைத்து, அக்குழலிலே பாலை என்னும் பண்ணை இசைக்கிறான். பண் சரிவர அமையாததால் குமிழ் மரக்கொம்புகளை வில்போல் வளைத்து மரல் எனும் நாரினை நரம்பு, போலக்கட்டி, அவ்யாழில் குறிஞ்சி என்னும் பண்ணை இசைக்கின்றான்.

மரல் என்பது பசுமை நிறக் கற்றாழை எனும் செடியில் இருந்து எடுக்கப்பட்ட நார். இந்த மரல் நார் சங்க காலத்தில் யாழ் நரம்பாகப் பயன்படுத்தப்பட்டுள்ளது. இந்த நாரில் பசை தடவி முறுக்கிக் கயிறுபோலத் திரித்து யாழின் நரம்பாகப் பயன்படுத்தியுள்ளனர். சங்க இலக்கியத்தில் ஓர் இடத்தில் மட்டுமே வில்யாழ் பதிவு பெற்றுள்ளது. ஏழு நரம்புகளையுடையதாய் இருந்திருக்கின்றது.

இடையன் வில்யாழைக் கொண்டு குறிஞ்சிப் பண்ணைப் பாடினான் என்று ஒரு பாணன் மற்றொரு பாணனிடத்தே கூறுவதாக அமைந்துள்ள இச்செய்தியை உருத்திரங்கண்ணனார்,

> **“.......................................குமிழின்**
> **புறற் கோட்டுத் தொடுத்த மரல் புரி நரம்பின்**
> **பல்காற் கிளை செத்து, ஓர்க்கும்**
> **புல் ஆர் வியன் புலம் போகி”** *(பெரு., 185-189)*

என்று அழகாக எடுத்துரைக்கின்றார் என்பதை அறிய முடிகின்றது.

எந்த ஒரு பொருளும் தொடக்க நிலையிலேயே முழுமையான வளர்ச்சிப் பெற்றுவிட்டதாகக் கருத முடியாது. வளர்ச்சி என்பதும் முழுமை என்பதும் முற்றுப் பெறக் கூடியதல்ல. ஒவ்வொருவரின் கற்பனைக்கும் அறிவுத் திறனுக்கும் ஏற்ற வகையில் மாற்றமும் புதுமையும் என்றைக்கும் தொடர்ந்து நிகழ்ந்து கொண்டேதான் இருக்கும்.

இடையனொருவனால் கைக்குக் கிடைத்த பொருளினால் செய்யப்பட்ட வில்யாழ் பின்னர் வளர்ச்சிப் படிநிலையில்

பரிணாமக் கோட்பாட்டின் அடிப்படையில் நரம்புகளாலும், உறுப்புகளாலும் மாற்றம் பெற்றுச் சீறியாழ், பேரியாழ் ஆகிய யாழ்களாகத் தோற்றம் பெற்றிருக்கக்கூடும் என்று கருதுவதற்கு வாய்ப்புண்டு.

சீறியாழ்

சங்க இலக்கியத்தில் அதிக அளவு பதிகளைப் பெற்றுத் திகழ்வது சிறியாழ் ஆகும். 25 இடங்களில் சீறியாழ் எனும் பெயர் இடம் பெற்றுள்ளது. வடிவில் சிறியதாகக் கரிய வளைந்த கோடு எனும் தண்டினை உடையதாக இருந்திருக்கின்றது. எடுத்துச் செல்வதற்கு வசதியாக சிறிய வடிவுடையதாக இருந்ததனால் பாணர்கள் இவ்யாழை வெளி ஊர்களுக்கு எடுத்துச் சென்றுள்ளனர். சீறியாழ் அளவிலே சிறியதாயிருந்ததால் எப்போதும் பாணர்கள் அதனைக் கையிலேயே வைத்திருந்தனர். அதனால் 'கைவழி' என்றும் அழைக்கப்பட்டிருந்தது.

"கைவழி மருங்கிற் செவ்வழி பண்ணி" *(புறம்., 149-3)*

எனும் அடியினால் அறியமுடிகின்றது. 'கைவழி' என்பது ஆகுபெயர் என்பார் இசை அறிஞர்.

சீறியாழ் ஏழு நரம்புகளை உடையது. இவ்யாழே செங்கோட்டியாழ் என்று விபுலானந்த அடிகளாரும் குறிப்பிடுகின்றார் என்பது வரகுணன் அவர்களின் கருத்து. (ஆ.அ.வரகுணபாண்டியன், பாணர் கைவழி எனப்படும் யாழ் நூல், ப.99)

சீறியாழ், சங்க இலக்கியத்தில் "கருங்கோட்டு" என்ற அடைவுடனே பதிவு செய்யப்பட்டுள்ளது. செங்கோட்டு என்று சொல் இடம் பெறவில்லை. செம்மையான யாழ் என்று சீறியாழைக் கருதும் வழக்கம் இளங்கோவடிகளால் சிலப்பதிகாரத்தில் பதிவு செய்யப்பட்டுள்ளது. எனவே, சீறியாழ் என்பதே செங்கோட்டு யாழ் என்பது அறிஞர் பலரின் கருத்தாக இருக்கின்றது.

பேரியாழ்

பேரியாழ் என்பதால் பேரியாழ் என்னும் பெயரினைப் பெற்றிருக்க வேண்டும். இது 21 நரம்புகளை உடையது. பரவையாழ் என்றும் பெருங்கலம் என்றும் வேறு பெயர்களோடு சிந்தாமணியில் குறிப்பிடப்பட்டுள்ளது. (சீவக சிந்தாமணி, காந்தருவதத்தை இலம்பகம், எண். 530)

சங்க இலக்கியத்தில் நான்கு இடங்களில் பேரியாழ் என்றும் சொல் பதிவு பெற்றுள்ளது.

"தொடை படு பேரியாழ் பாலை பண்ணி
பணியாமரபின் உழிஞை பாட"   (பதி., 46:5-6)
"பாணர் மையது பணி தொடை நரம்பின்
விரல் கவர் பேரியாழ் பாலை பண்ணி" (பதி., 57:7-8)

"இடனுடைப் பேரியாழ் பாலை பண்ணி" (பதி.,66:2)

"பேர் யாழ் முறையுளிக் கழிப்பி" (பொரு., 168)

பேரியாழ் பத்தர் வறுவாய், பச்சை, போர்வை, ஆணி, சிலவு, மருப்பு யாப்பு, உந்தி, பண்நரம்பு, கவைக்கடை, கண்கூடு என்றும் உறுப்புக்களையுடையதாகப் பெரும்பாணாற்றுப்படை குறிப்பிடுகின்றது.

பேரியாழ் என்பது மிகவும் வளர்ச்சியடைந்த தொழில்நுட்பம் மிக்க யாழாகக் கருதப்பட்டுப் பயன்பாட்டிலிருந்திருக்கின்றது என்பதை அறிய முடிகின்றது.

யாழ் உறுப்புக்கள்

யாழ் உறுப்புக்கள் 10 என்றும் 14 என்றும் இசை வல்லுநர்கள் பல்வேறு எண்ணிக்கையைக் குறிப்பிடுவர். (விமலானந்த அடிகள், யாழ் நூல், ப.14) தொகை, நூல்களில் பத்தல், போர்வை, திவவு, ஆணி, வறுவாய், மருப்பு, கோடு, கவைகடை, யாப்பு, உந்தி கோல், புரிநரம்பு, நரம்புத் தொடையல் அல்லது தத்திரிகரம், வணர் எனும் உறுப்புக்கள் பதிவு செய்யப்பட்டுள்ளதை அறிய முடிகின்றது.

யாழும் பண்ணும்

முல்லை, படுமலை, குறிஞ்சி, பாலை, விளரி, செவ்வழி, நைவளம் ஆகிய பண்கள் யாழிலே இசைக்கப்பட்டுள்ள. ஏழ்பெரும் பாலைகளும் இசைக்கப்பட்டுள்ள. சிறியாழ் செவ்வழிப் பண்ணை இசைப்பதற்கு மிகப் பொருத்தமாக இருந்ததினால் பல இடங்களில் சிறியாழில் செவ்வழிப் பண் இசைக்கப்பட்டுள்ள செய்தி பதிவாகியுள்ளது.

யாழும் காலமும்

சங்கத்தமிழர் கால வரையறையோடு யாழிலே பண்ணை இசைத்துள்ளனர். பாணர்கள் வள்ளல் பெருமக்களிடமிருந்து பரிசில் பெற்று விடியலில் விடைபெறும்பொழுது யாழ் இசைப்பர் என்பதைக்

“கைவல் சீறியாழ் கடன் அறிந்து இயக்க
இரவுப்புறம் பெற்ற ஏம வைகறைப்
புரிசிலர் வரையா விரை செய் பத்தர்” *(புறம்., 398:5-7)*

என்னும் அடிகளின் வாயிலாக சுட்டிக்காட்டியிருப்பதின் வாயிலாக அறியமுடிகின்றது.

செவ்வழி என்னும் மாலை நேரத்திற்குரிய பண்ணை யாழில் இசைப்பர் என்பதை,

“ஆ பெயர் கோவலர் ஆம்பலொடு அனைஇ
பையுள் நல் யாழி செவ்வழி வகுப்ப - அகம்”

(அகம்., 214: 13-14)

“தீப் தொடை
பையுள் நல்யாழ் செவ்வழி பிறப்ப” *(அகம்., 314: 11-12)*

அகநானூறு செய்யுள் வரிகளின் வாயிலாக அறிந்துகொள்ள முடிகின்றது.

யாழில் குறிஞ்சிப்பண் நடுயாமம் வரையில் வாசிக்கப்பட்டுள்ளது என்பதை,

"விரல் கவர்ந்து உழந்த கவர்வின் நல்யாழ்
யாமம் உய்யாமை நின்றன்று" *(நற்., 335:9-10)*

வரிகளின் வாயிலாக யாழில் இசைக்கப்படும் பண்கள் காலமுறையோடு இசைக்கப்பட்டுள்ள செய்தியை அறிய முடிகின்றது.

யாழும் இறைவழிபாடும்

யாழ் என்னும் கருவி எல்லா நிலத்திற்குரிய பொதுவான நரம்புக் கருவியாதலால் எல்லாத் தெய்வங்களுக்கும் வழிபாடு நடத்தும்போதும் யாழ் இசைக்கப்பட்டுள்ளது. குறிப்பாகத் திருமால், முருகன் ஆகியோருக்கு நடத்தும் வழிபாட்டில் யாழ் பயன்படுத்தப்பட்டுள்ளது. பொதுவாக வழிபாடு நடத்தும் போதும் தேவராட்டி வழிபடும்போதும் யாழ் இசைக்கப்பட்டுள்ளது. சில சமயங்களில் பிற இசைக் கருவிகளோடு இசைக்கப்பட்டுள்ளது என்பதை,

"புரி உறு நரம்பும் இயலும் புணர்ந்து
சுருதியும் பூவும்" *(பரி., 851: 51-52)*

"குடில் அகவ யாழ் முரல" *(பட்டி., தி., 1:50, மதுரை 604)*

"நிலவு மெய் நிறுத்துச்
செவ்வழி நல்யாழ் இசைமினன் பையென" *(அகம்.,14-15)*

என்ற பாடல் அடிகளின் வாயிலாக யாழ் பொழுது போக்கிற்காக மட்டுமின்றி வழிபாட்டுச் சடங்குகளிலும் பயன்பட்டுள்ளது என்பதை அறியமுடிகின்றது.

யாழும் இசைவாணர்களும்

இசைக்கருவிகளோடு பாடுதல் என்பது சங்ககால மரபாக இருந்திருக்கின்றது. சங்ககாலப் பாணர்கள் யாவரும் யாழ் இசைக்கத் தெரிந்தவர்களாகவே இருந்துள்ளனர். இதனைக்,

"கை கவர் நரம்பின் பனுவற் யிணன்" *(நற்., 200:8)*

என்ற பாடலின் அடி வாயிலாக அறியமுடிகின்றது.

பாணர்கள் யாழை இசைக்கருவியாக மட்டும் கருதாமல் அதனைத்தெய்வமாக நினைத்து வழிபட்டு மரியாதைச் செலுத்தியுள்ளனர். அவ்யாழெனும் தெய்வத்தின் முன் சூள் உரைத்து வாக்குறுதி அளித்துள்ளனர் என்பதை,

"யாழொடும் எடுத்துச் சூள் பல உற்ற பாணன் வந்தியான்கொல்"

(கலி., 71:13-14)

என்னும் பாடல் அடிகளின் வாயிலாக வெளிப்படுகின்றது.

யாழைத் தெய்வமாக வணங்கிய அதே பாணர்தம் தம் விருப்பத்திற்குரிய தலைவனை இழந்தபோது யாழை உடைத்து தம் இசைத் தொழிலையே வெறுத்த செய்தியையும் அறிய முடிகின்றது. இதனை விளக்கும் பாடல் அடிகள்,

"கைத் தொழு மரபின் முன் பரிந்து இடூஉப் பழிச்சிய
வள் உயிர் வணர் மருப்பு அன்ன ஒள் இணர்ச்"

(அகம்., 115:9-10)

பாணர்களோடு விறலியும் யாழிசைப்பதில் வல்லவராய் விளங்கியிருப்பதைச்

"சுகிர்புரி நரம்பின் சிறியாழ் பண்ணி
விரையொலி கூந்தல் நம் விறலியர் பின்வர"

(புறம்., 109:15-16)

என்ற பாடல் வரிகள் எடுத்தியம்புகின்றது என்பதை அறியமுடிகின்றது.

பாணர்களுக்கு இசை என்பதும் இசைக்கருவி இசைத்தலென்பதும் தொழிலாக மட்டுமின்றி இசைத்தலுக்குரிய தெய்வமாகவும் விளங்கியுள்ளது. பாணர்களோடு விறலியும் யாழை இசைத்து வளம் கூட்டி வந்துள்ளனர் என்பது புலனாகின்றது.

மன்னரிடம் கொடுப்பதற்கு ஒன்றுமில்லாத போது ஒரு பாணன் மற்றொரு பாணனுக்குத் தன் யாழைக் கொடுத்துள்ளான் என்பதை,

"கருங் கோட்டுச் சீறியாழ் பணையம்; இது கொண்டு
ஈவதிலாளன் என்னாது" *(புறம்., 316:7-8)*

என்ற புறநானூறு அடிகளின் வாயிலாக அறியமுடிகின்றது.

யாழ் வசப்படுத்தும்

யாழிழிசை மனிதர்களை வசப்படுத்துவதோடு எளிய உயிரினங்களையும் வசப்படுத்தியுள்ளதைச் சில சான்றுகள் எடுத்து இயம்புகின்றன. வேனிற் காலத்து நிறம் மாறும் முதிய ஓணான், பாணன் இசைத்த யாழிசையைக் கேட்டு பக்கத்திலுள்ள மரத்தில் ஏறுவுதை மறந்து நிற்பதை,

"முதுபோந்து
பாண்யாழ் கடைய வாங்கி பாங்கள்" *(நற்., 186:5-6)*

எனும் அடிகள் புலப்படுத்துகின்றன.

"காழ் வரை நில்லாக் கடுங் களிற்றுத ஒருத்தல்
யாழ் வரைத் தங்கியாங்கு, தாழ்வு, நின்" *(கலி.,2:26-27)*

எனும் அடிகள் "கத்துக் கோலால் குத்தவும் தன் நெறியில் செல்லாத ஆண் யானை மென்மையான யாழ் ஓசையைக் கேட்டு நின்றது" என்னும் பொருளைத் தருகின்றன. குறும்பூழ்ப் பறவை யாழிசையைக் கேட்டு மயங்கியச் செய்தியைக்,

"குறும்பூழ்ப் பொர் கண்டமை......
புலையன் தன் யாழின்" *(கலி., 95:8-10)*

என்னும் கலித்தொகை செய்யுள் அடிகளின் வாயிலாக அறியமுடிகின்றது.

அன்னப்பறவைப் போல இலக்கியத்தில் பதிவாகியுள்ள சிறப்பிற்குரிய பறவை "அசுணம்" இப்பறவை நல்ல இசையைக் கேட்டு தன் நிலைமறக்கும் சிறந்த இசை நுகர் பறவையாகும். அசுணம் யாழ் இசைக் கேட்டு மயங்கியுள்ளதை பின்வரும் இலக்கியச் சான்றுகளின் பதிவுகளை,

"யாழ் செத்து
இருங் கல் விடர் அளை அசுணம் ஓர்க்கும்"

(அகம்., 88:11-12)

"மறையின் தன் யாழ் கேட்ட மானை அருளாது"

(கலி., 143-10)

"ஆடுசிறை அறுத்த நரம்பு சேர் இன்குரல்"

(பதிற்று., 43-21)

என்ற பாடல் அடிகளின் வாயிலாக யாழ் இசை உயிரினங்கள் அனைத்தையும் மயக்கும் தன்மையுடையதாய் இருந்திருக்கின்றது என்பது மேற்கண்ட சான்றுகள் வாயிலாக புலனாகின்றது.

யாழும் மழலையும்

குழல் இனிது யாழ் என்பார் தம் மக்கட் மழலைச் சொல்லைக் கேளாத மாந்தர்களைத் திருவள்ளுவர் குறிப்பிடுவதற்குச் சங்க இலக்கியம் முன்னோடியாக அமைந்துள்ளது. வள்ளுவருக்கு முன்பே இக்கருத்தைக் கூறியது ஔவையார் என்னும் பெண்பாற்புலவர்தாம். குழந்தைகளிடத்து அன்பைச் செலுத்தினால் அம்மழலையும் யாழிசைப் போல இன்பத்தைத் தரும் என்ற உணர்வுப்பூர்வமான கருத்தை,

"யாழொடும் கொள்ளா பொழுதொடும் புணரா
பொருள் அறி வாரா ஆயினும் தந்தையர்க்கு
அருள் வந்த தனவால் புதல்வர்தம் மழலை"

(புறம்., 92: 1-3)

என்ற பாடல் அடிகளின் வாயிலாக அறியமுடிகின்றது.

யாழும் ஊரும்

சங்க காலத்தில் ஊர்களிலுள்ள தெருக்கள் தோறும் யாழ்இசையின் முழக்கம் ஒலித்திருக்கின்றது. இதனைச் சங்கப் பாக்கள் எடுத்தியம்புகின்றன. நீடுரின் தலைவன் வாள்

வெற்றியையுடைய எவ்வி என்பவனுடைய ஊர்யாழ் முழங்கும் தெருக்களை உடையது என்பதை,

"யாழ்இசை மறுகின் நீடூர் கீழவோன்
வாய் வாள் எவ்வி ஏவல் மேவார்" *(அகம்., 266:10-11)*

என்ற இவ்வடிகள் உணர்த்துகின்றன.

ஆய் எயினன் எனும் மன்னன் யாழிசை முழங்கும் தெருக்களை உடைய பாழி என்ற நகரிலிருந்து சூளுரைத்தான் எனும் செய்தியை,

"பொலம் பூண் நன்னன் புனனாடு கடிந்தென்
யாழ் இசை மறுகின் பாழி ஆங்கண்" *(அகம்., 396: 3-4)*

என்ற அடிகளின் வாயிலாக பொது மன்றங்கள் மட்டுமின்றி தெருக்களும் யாழ் ஒலியால் நிறைந்திருந்தன என்பது புலனாகின்றது.

யாழும் உழவரும்

மருதநிலம் பசுமையான நீர்வளம் மிக்க நிலம். இந்நிலத்தில் ஆங்காங்கே மலர்ச்சோலைகள் மணம் வீசிக்கொண்டிருக்கும். அச்சோலைகளில் உழவர்கள் தங்கி யாழிசைப்பர். அவ் யாழிசை நன்னனின் காஞ்சி மரத்தில் நீர் வந்து மோதும் ஊரினைப் போலுள்ளதாம். இதனைப்,

"புல் அரைக் காஞ்சி புனல் பொரு புதவின்
மெல் அவன் இருந்த ஊர் தொறும் நல்யாழி"

(மலை., 449 - 450)

என்ற பாடல் அடிகள் விளக்குகின்றன. இவ்வாறு உழவரின் யாழிசை நிலத்தொடு இணைத்துப் பேசப்பட்டுள்ளது என்பதை அறியமுடிகின்றது.

யாழும் பொழுதுபோக்கும்

திருப்பரங்குன்றத்து மக்கள் கூட்டத்தில் ஆங்காங்கே பொழுது போக்காகப் பல நிகழ்வுகள் நடந்து கொண்டிருந்தன.

அதில் யாழை இசைத்து மகிழ்ந்திருந்த செய்தியை,

"யாழின் இளி குரல் சமம்கொள்வோரும்" *(பரி., 19-14)*

என்ற இவ்வடி விளக்குகின்றது.

யாழும் தலைவியும்

தலைவியின் சொல், செயல் முதலான குணநலன்கள் யாழோடு ஒப்புமைப்படுத்தி பேசப்பட்டுள்ளன. தலைவியின் சொல் இனிமையான யாழ் இசையைப் போன்றது என்பதைப்,

"பல்இதழ் மென் மலர் உண்கண் நல்யாழ்
நரம்பு இசைத்தன்ன இன்தீம் கிளவி" *(அகம்.,109:1-2)*

"தொடிக்கண் வடுக்கொள முயங்கினள்
வடிப்பு உறு நரம்பில் தவிய மொழிந்தே" *(அகம்., 142:25-26)*

"நயவன் தைவரும் செவ்வழி நல்யாழ்
இசைஓர்த் தன்ன இன்தீம் கிளவி" *(அகம்., 212: 5-6)*

"செவ்வழி யாழ் நரம்பு அன்ன கிளவியார்" *(கலி., 118-15)*

"சாய் என்கிளவிபோல் செவ்வழியாழி இசை நிற்ப"

(கலி., 143 - 38)

"யானர் ஊரன் மகளிவள்
பாணர் நரம்பினும் இன்கிளவியளே" *(கலி., 143-38)*

என்ற பாடல் வரிகளின் வாயிலாக தலைவியோடு யாழிசை ஒப்புமைப்படுத்தப்பட்டுள்ளதை அறிய முடிகின்றது.

தொகுப்புரை

இக்கட்டுரையின் வாயிலாக தொல்காப்பியர் குறிப்பிட்டுள்ள இசைக்கருவிகளில் முதன்மையானது யாழ் என்றும் நரம்புக் கருவியைப் பற்றி விளக்கப்பட்டுள்ளதை அறியமுடிகின்றது. யாழ் என்பது இசைக்கருவியை மட்டும் குறிப்பிடாமல் பண்ணையும்

●

3. திருமுருகாற்றுப்படையில் முருகனின் வடிவழகு

முன்னுரை

சங்கத் தொகை நூல்களுள் முதன்மையாக வைத்து போற்றப்படும் சிறப்பு வாய்ந்தது பத்துப்பாட்டு ஆகும். இதில் பழமையும் பெருமையும் தெய்வத்தொடர்பும் கொண்ட தமிழின் தொன்மையான இலக்கியங்களுள் ஒன்று திருமுருகாற்றுப் படையாகும். குன்று தோறும் ஆடல் கொண்டவன் குமரன் என்றாலும் அவன் குடிகொண்ட கோவில் தலங்கள் ஆறு. திருமுருகாற்றுப்படை, அழிந்து போகும் உலகியல் செல்வங்களைப் பெறுவதற்காக ஒருவரை ஆற்றுப்படுத்துவதை விட அழியாத செல்வமாகிய முத்தித் திருவைப் பெறுவதற்காக அதனை அளிக்கவல்ல முருகனிடம் மக்களை ஆற்றுப்படுத்துவதாக அமைந்துள்ளது. ஏனைய ஆற்றுப்படைகள் யார் ஆற்றுப்படுத்தப்படுகிறாறோ அவர் பெயரால் அமைந்துள்ளது. மாறாக பாட்டுடைத் தலைவனாகிய முருகன் பெயரால் திருமுருகாற்றுப்படை என அமைந்திருப்பது இதன் சிறப்பு. இத்தகைய சிறப்புக்களைக் கொண்ட இந்த நூலில் முருகனே அழகின் வடிவமானவன் அதனால் தான் அவனை வடிவேலன் என்று அழைத்தனர். திருமுருகாற்றுப்படையில் இடம் பெறுகின்ற முருகனின் வடிவழகினை எடுத்துரைப்பதே இப்பகுதியின் நோக்கமாகும்.

முருகன் - பொருள்

முருகையுடையவன் முருகன். முருகு என்பது பல பொருள் குறிக்கும் ஒரு சொல். அப்பல பொருளுள் சிறப்பாகக் குறிக்கத்தக்கன நான்கு. அவை: மணம், இளமை, கடவுட் தன்மை, அழகு என்பன. இயற்கை மணமும் மாறா இளமையும் எல்லாப் பொருளையும் கடந்தொளிரும் தன்மையும் அழியா அழகும் இறைவனிடத்தில் இலங்குவது கண்டு அப்பொருள் முறையே உறைதற்கிடம் பெற்றுள்ள முருகன் என்னும் சொல்

வழங்கி வருவதாயிற்று என்பதை திரு.வி.க.வின் 'முருகன் அல்லது அழகு' என்ற நூலின்மூலம் அறியமுடிகின்றது.

முருகா என்ற நாமத்தின் சிறப்பு

முருகா என்ற நாமம் கோடி நாமங்களுக்குச் சமமானது. பிற நாமங்களைக் கோடி முறைக் கூறினால் எவ்வளவு பயன் கிடைக்குமோ அவ்வளவு பயன் முருகா என்று ஒரு முறை கூற கிடைக்கும். "முருகு முருகு என்று உருகு" என உபதேசிக்கிறார் அருணகிரிநாதர்.

தமிழ் மொழியும் முருகனும்

தமிழ்க்கடவுள் என்ற பெருமைக்குரியவன் முருகன். தமிழ் என்ற சொல்லில் வல்லினம் (த); மெல்லினம் (மி); இடையினம் (ழ்) இருப்பது போல முருகு என்ற சொல்லில் மெல்லினம் (மு), இடையினம் (ரு), வல்லினம் (கு) அமைந்து சிறப்பு செய்கிறது.

தமிழில் உள்ள பன்னிரு உயிர்கள் எழுத்துக்கள் (அ-ஔ) முருகப் பெருமானுடைய பன்னிரு தோள்களாகவும், பதினெட்டு மெய்எழுத்துக்கள் (க்-ன்) முருகப்பனுடைய பதினெட்டு கண்களாகவும், இன எழுத்துக்கள் ஆறும் அவனுடைய ஆறுமுகங்களாகவும், ஃ என்ற ஆய்தமே எம்பிரானுடைய இச்சா, கிரியா, ஞான சம்மேளனமான வேலாகவும் அமைந்துள்ளதாக வாரியர் சுவாமிகள் குறிப்பிட்டிருக்கிறார்.

திருப்பரங்குன்றத்தில் முருகன் வீற்றிருத்தல்

போரைக் கருதி வருவார்க்கு உணர்த்துமாறு தூக்கிக் காட்டப்பட்ட வான் அளாவ உயர்ந்த கொடிக்கு அருகே தொங்கவிட்ட பத்தும் பாவையும், அறுப்பார் இன்மையால் தொங்கியே கிடக்கின்றன. போர் செய்வோர் இல்லை என்று கூறும்படி செய்ததனால் எக்காலமும் போர்த்தொழில் அரிதாகிய வாயிலையும், திருமகள் வீற்றிருந்த குற்றம் நீங்கிய கடைத்தெருவையும், மாட மாளிகைகள், மிக்க ஏனைய

தெருக்களையும் உடைய நகரம் 'கூடல்' என்ற பெயர் பெற்ற மதுரை மாநகரம். அந்நகரின் மேற்குத் திசையில் உள்ளது திருப்பரங்குன்றம், அங்கே கரிய சேற்றினையுடைய அகன்ற வயலில், விரிந்து மலர்ந்த முள் பொருந்திய தாள்களையுடைய தாமரை மலரில் இரவெல்லாம் உறங்கி, வைகறைப் போதில் தேனை உண்டு, சூரியன் தோன்றிய பின்னர், மகளின் கண்கள் போல மலர்ந்த அழகிய கனைப்பூக்களை நாடும் அழகிய சிறகுகளையுடைய வண்டுக் கூட்டம் ஆரவாரிக்கின்ற வளம் நிறைந்தது திருப்பரங்குன்றம். அக்குன்றிலே, மிக்க விருப்புடன் கோயில் கொண்டருளி உறைலும் உரியன்; அவ்விடத்திற்குச் சென்றால் முருகனைக் காணலாம் என்பதை,

"செருப்புகன்று எடுத்த சேண்உயர் நெடுங்கொடி
வரிப்புனை பந்தொடு பாவை வாயில்,
பொருநர்த் தேய்த்த போர்அரு வாயில்,
திருவீற் றிருந்த தீதுநீர் நியமத்து,
மாம்மலி மறுகின் கூடற் குடவயின்
இருஞ்சேற்று அகல்வயல் விரிந்துவாய் அவிழ்ந்த
முள்தாட் தாமரைத் துஞ்சி, வைகறைக்
கள்மகழ் நெய்தல் ஊதி, எல்படக்
கண்போல் மலர்ந்த காமரு சுனைமலர்,
அஞ்சிறை வண்டின் அரிக்கணம் ஒலிக்கும்
குன்று அமர்ந்து உறைதலும் உரியன், அதாஅன்று"

(திருமுருகாற்றுப்படை பா. 67-77)

இப்பாடல் வரிகளின் வாயிலாக குன்று இருக்கும் இடமெல்லாம் குமரன் இருப்பான் என்பதை அறியமுடிகின்றது. பண்டைக் காலத்தில் மன்னர்கள் பகைவரைப் பெறுதற்பொருட்டுத் தம் அரண்மனை முற்றத்தே கொடியுயர்த்தி அதன் அருகே பந்தையும், பாவையும் தொங்கவிட்டிருப்பர். அவ்வாறு செய்வதன் கருத்து - எம்மை வெல்லும் ஆண்மையாளர் யாரும் இல்லை - எம் பகைவரை யாம் பெண்டிர் போலக் கருதுகின்றோம். ஆண்மையாளர் உண்டென்றால் இவற்றை அறுங்கள் என்ற குறிப்பினை அறிய

முடிகின்றது. உயிர்கள் அறியாமை என்னும் சேற்றில் எழும், மனைவி மக்களிடத்துப் பற்றுடைமையில் ஈடுபடுங்கால், அகப்பற்றும், புறப்பற்றுமாகிய தளையிற் பிணிப்புண்டு நிற்கின்றது. முருகன் அருளால் அத்தளைகளையிருந்து நீங்கி எழுந்ததால், இளமை, அழகு, அறியாமை, தெய்வத்தன்மை என்ற இவையெல்லாம் உடைய சேயோனாகிய முருகனைக் கண்டு பேரின்பத்தில் என்றும் திளைத்திருக்கலாம் என்ற கருத்தைக் குறிப்பாக உணர்ந்து கொள்ளுமாறு அமைத்திருக்கிறார் நக்கீரர் என்பதை அறியமுடிகின்றது.

இயற்கை அழகும் முருகனின் வடிவழகும்

அழகு தெய்வம் முருகன். மலையும் மலை சார்ந்த இடங்களிலும் இயற்கை அழகுடன் சேர்ந்து முருகனை வழிபடுகின்றோம். 'குறிஞ்சிக் கிழவன்' என்று மலைமீது வைத்து வணங்குகின்றோம். நக்கீரர் முருகனது அழகின் இயல்பினைப் பற்றிக் குறிப்பிடுவதை,

"வைபுனைத் தியற்றாக்கவின் பெறு வனப்பு"

(திருமுருகு., 17)

இப்பாடல் வரியினால் அறியமுடிகின்றது. இயற்கை அழகில் அவர் தெய்வத்தைக் காணுகின்றார். பண்டை காலத் தமிழ் மக்கள் இயற்கை வழி வாழ்வு நடத்தி அதற்கு அடிப்படையாக உள்ள அழகுண்மையை உணர்ந்து முழுமுதற்கடவுளுக்கு 'அழகு' என்றும் பொருள்பட முருகன் என்ற பெயரை வைத்துள்ளனர் என்பதை அறிய முடிகின்றது.

திருப்பரங்குன்றம் (குமரவேளின் பெருமை)

உலகில் வாழும் உயிர்கள் எல்லாம் மகிழும்படி, மேருவை வலமாக எழுந்து, பற்பல சமயத்தவரும் புகழ்கின்ற ஞாயிறு கீழ்க்கடலிடத்தே எடிக் கண்டாற்போன்று, இடையீடு இன்றி எக்காலத்தும் விளங்குவதும் மிக நெருந் தூரத்தில் விளங்கிப் பிரகாசிப்பதுமாகிய ஒளியினையும், தன்னை வந்து அடைந்த மெய்யடியார்களின் அறியாமை உடைத்து, அவரை

ஆட்கொள்ளும் வலிய திருவடியினையும், பகைவர்களாகிய அசுரர்களை அழித்த இடியினைப் போன்ற ஆற்றல் பெற்ற கையினையும் உடைய, குற்றமற்ற கற்பு வாய்ந்த தெய்வயானையின் தலைவன் ஆகிய முருகன் என்பதை பின்வரும் திருமுருகாற்றுப்படை வரிகளின் வாயிலாக நக்கீரர் குறிப்பிடுவதை,

> **"உலகம் உவப்ப வலன்ஏர்பு திரிதரு**
> **பலர்புகழ் ஞாயிறு கடல்கண் பாஅங்கு,**
> **ஓஅற இமைக்கும் சேண்விளங்கு அவிர்ஒளி,**
> **உறுநர்த் தாங்கிய மதன்உடை நோன்தாள்,**
> **செறுநர்த் தேய்த்த செல்உறழ் தடக்கை,**
> **மறுஇல் கற்பின் வாணுதல் கணவன்"**

என்ற செய்யுள் வரிகளின் வாயிலாக புற இருளைப் போக்கும் ஞாயிற்று ஒளிமண்டலம், அக இருளைப் போக்கி, மெய்ப்பொருளைத் தெரிந்துணர்தலும் அறிவுப் பேரொளியாகிய இறைவனுக்கு உவமையாக நின்றது என்பதை அறியமுடிகின்றது.

விடியற்காலையில், நெடுந்தொலைவில் அடிவானத்தில் கீழ்க்கடற்பரப்பின் மேல் பகலவன் ஆன ஒளிப்பிழப்பு காணப்படுவது போன்று, நெடுந்தொலைவில் மயில் மீது பேரொளிப்பிழம்பாக முருகன் அன்பர்களுக்குக் காணப்படுவான் என்பதை அறியமுடிகின்றது. அன்பர்கள் இருக்கும் இடம் நாடி அவன் நெருங்கி வருவான் என்றும் அவ்வாறு வருகின்றபோது அறியாமையைத் தகர்தெரியும் அவனுடைய வலிமை மிக்க தாள்கள் அன்பர்கள் கண்ணுக்குப் புலப்படுவதையும் அறியமுடிகின்றது. அப்போது குற்றமற்ற கற்பினையுடைய தேவியான தெய்வயானையை ஒரு பக்கத்தே கொண்டு அவளுடைய கணவனாய் முருகன் காட்சியளிப்பதின் வாயிலாக முருகனின் வடிவழகு சிறப்பினையும் குமரவேளின் பெருமையையும் அறியமுடிகின்றது.

2. திருச்சிர் அலைவாய் ஆறுமுகங்களின் இயல்புகள் (வடிவழகு)

ஐந்தாகிய வேறுபட்ட வடிவினையுடைய முடிக்குச் செய்யும் தொழிலெல்லாம் முற்றுப் பெற்ற கிரீடத்தோடு கூடி, விளங்கிய ஒன்றற்கொன்று மாறுபாடு மிகும் மணிகள், மின்னலொடு மாறுபடுவதைப் போன்று முருகப் பெருமானின் முடியில் பொலிந்து விளங்குகின்றன; பலவகையான தொழிற் கூறுபாடுகள் அமைந்த பொன்னலானா மகரக்குழைகள், நெடுந்தொலைவிலே விளங்கித் தோன்றும் ஒளி மிக்க மதியைச் சூழ்ந்து விளங்கும் விண்மீன்கள் போல ஒளி வீசி அலைகின்ற; குற்றமற்ற தவத்தொழில் முடித்தோருடைய தூய உள்ளத்தே பொருந்தித் தோன்றுகின்ற ஒளியும் நிறமும் உடைய ஆறு திருமுகங்களில், ஒரு முகம், பேரிருளால் மறைக்கப்பட்ட உலகம், அவ்விருட்குற்றம் அகன்று விளங்கும் பொருட்டுப் பல சுடர்களையும், தோன்றச் செய்தது; ஒரு முகம், தன் அன்பர்கள் தன்னை வாழ்த்துங்கால் அதற்குப் பொருந்தி அவர்க்கு இனிமையாக ஒழுகி, அவர்பால் வைத்த காதலால் மகிழ்ந்து, அவர் வேண்டும் வரங்களைக் கொடுத்தது; ஒரு முகம், மந்திரத்தினால் மெய்ந்நூல் உரைத்த முறைமையிடத்துத் தப்பாத அந்தணருடைய வேள்விகட்கு இடையூறு நேராதபடி காக்கின்றது; நான்காவது முகம், வேத நூல்களாக காட்ட முடியாது. எஞ்சிய பொருள்களை தம் அன்பர்கள் பாதுகாப்பெய்தும் வண்ணம் ஆய்ந்துணர்த்தித் திங்கள் போலத் திசை விளக்கும்; மற்றொரு முகம். அசுரரை அழிந்து மறக்கள வேள்வியை விரும்பி நிற்கும்; ஆறாவது முகம், குறவருடைய மேன்மை பொருந்திய மகளும், பூங்கொடி போன்ற இடையினையுடைய இளம்பெண்ணாகிய வள்ளியம்மையுடன் சிரித்து மகிழ்தலை விரும்பிற்று என்று நக்கீரர் குறிப்பிடுவதை பின்வரும் பின்வரும் ஆற்றுப்படை வரிகள் மெய்ப்பித்துக் காட்டுவதை,

“ஐவேறு உருவின் செய்வினை முற்றிய
முடியோடு விளங்கிய முரண்மிகு திருமணி

மின்உறழ் இமைப்பின் சென்னிப் பொற்ப
நகைதாழ்பு துயல்வரூஉம் வகைஅமை பொலங்குழை
சேண்விளங்கு இயற்கை வாள்மதி கவைஇ
ஆகலா மீனின் அவிர்வன் இமைப்ப,
தாஇல் கொள்கைத் தம்தொழில் முடிமார்
மன்னதேர்பு எழுதகு வாள்திற முகனே
மாஇருள் ஞாலம் மறுஇன்றி விளங்க
பல்கதிர் விரிந்தன்று ஒருமுகம்; ஒருமுகம்
மந்திர விதியின் மரபுளி வழாஅ
அந்தணர் வேள்வி ஓர்க்கும்மே, ஒருமுகம்
செறுதர்த் தேய்த்துச் செல்சமம் முருக்கி,
கறுவுளொக் நெஞ்மொடு களம்வேட்டன்றே; ஒருமுகம்
குறவர் மடமகள் கொடிபோல் நுசுப்பின்
மடவரல், வள்ளியொடு நகைஅமர்ந் தன்றே
ஆங்கு, அம்முகரு முகனும் முறைதவின்று ஓழுகலின்"

(திருமுக., பா. 83-103)

என்ற திருமுருகாற்றுப்படை வரிகளின் வாயிலாக முருகப்பெருமாளின் ஆறாவது முகம் குறவர் மடமகள் வள்ளியுடன் மகிழ்வோடு பொருந்தி நகைபுரியும் முகம். வள்ளி முருகக் கடவுளின் இச்சா சக்தி என்று கூறுவர். காம நுகர்ச்சியில்லாத கடவுள் இவ்வாறு நகையமர்தல் உலகில் அன்பு கெழிஇய இல்வாழ்க்கை உயிர்கள் அமர்ந்து இன்புறற்றொருவர் எனக் கூறுவர் அறிஞர். இதனை,

"தென்பால் உகந்தாடும் தில்லைச்சிற் றம்பலவன்
பெண்பால் உகந்தான் பெரும்பித்தன் காணேடி
பெண்பால் உகந்திலனேற் பேதாய் இருநிலத்தோர்
விண்பாலியோகெய்தி வீடுவர் காண் சாழலோ" *(திருச்சாழல் - 9)*

என்ற திருச்சாழல் பாடலின் வாயிலாக அறியமுடிகின்றது. ஆறுமுகத்தின் சிறப்பைக் கூறும் திருமுருகாற்றுப்படை பாடலைப் பின்பற்றி அருணகிரி நாதர் குறிப்பிடும் திருப்புகழ் பாடல் வரிகளும் முருகனின் ஆறுமுக பெருமையை

எடுத்தியம்புவதை,

"ஏறுமயில் ஏறிவிளையாடும் முகம் ஒன்று
ஈசரடன் ஞான மொழிபேசும் முகம் ஒன்று
கூறும் அடியார்கள் வினை தீர்த்த முகம் ஒன்று
குன்றுருவ வேல் வாங்கி நின்ற முகம் ஒன்று
மாறுபடு சூரரை வைத்த முகம் ஒன்று
வள்ளியை மணம்புரிய வந்த முகம் ஒன்று
ஆறுமுகமான பொருள்நீ அருளல் வேண்டும்
ஆதி அருணாச்சலம் அமர்ந்த பெருமானே"

என்ற திருப்புகழ் பாடல் வரிகள் திருமுருகாற்றுப் பாடல் வரிகளுக்கு ஒப்பாக அமைந்துள்ளதை அறிய முடிகின்றது. இப்பாடல் வரிகளின் வாயிலாக முருகன் அல்லது அழகு என்பார்கள். அழகென்றால் முருகனே என்பார்கள், அழகென்ற சொல்லுக்கு முருகா, உந்தன் அருளின்றி உலகுக்கு பொருளேது முருகா என்ற சொற்சுவைகளுக்கேற்ப முருகனின் ஆறுமுகங்களின் வடிவலகினை அறிய முடிகின்றது.

திருமுருகாற்றுப்படை சித்தரித்துக் காட்டும் ஆறுபடை வீடுகளில் திருப்பரங்குன்றத்தில் கோயில் கொண்டுள்ள இறைவனின் வடிவழகும், திருச்சீரலைவாயிலில் அருள்மாலிக்கும் ஆண்டவனின் திருமுகங்களின் தனிச்சிறப்புகள் உயிர்கள் உய்வதாக அமைந்துள்ளது.

பன்னிரு கைகளின் தொழில்கள்

முருகனின் ஆறு திருமுகங்களும் தத்தம் கடமைகளைப் பயின்று நடத்துலினால் அத்திருமுகங்களுக்கு ஏற்கும் வண்ணம் பொலியும் தோள்கள், பொன்னாலும் முத்தாலும் ஆன மாலைகள் தங்கிய அழகிய பெருமைமிக்க மார்பில் உள்ள உத்தம இலக்கணமாகிய மூன்று வரிகளையும் தம்மிடத்தே வந்து பொருந்துபடி வளைத்துக் கொண்ட வலிமை மிக்கனவும், வேற்படையை எறிந்து சிறந்த புகழ் பெற்றுப் பகைவர் உடலை பிளந்து மீண்டும் அதனை வாங்கிக் கொள்வனவும் ஆகிய திருக்கைகளில் -

முதலாம் முகத்திற்கு ஏற்பப் பொருந்திய இணைக் கைகளில் மக்களால் பொறுக்க முடியாத சூரியனுடைய வெம்மையைத் தாம் தாங்கிக் கொண்டு, பொறுத்தற்கு ஏற்ற வெம்மையை அவர்கட்குத் தரும் வண்ணம் அச்சூரியனொடு விசும்பினிடத்தே என்றும் இயங்கும் முறைமையினையுடைய தெய்வ இருடிகட்கு, பாதுகாவலாகத் தூக்கப்பட்டது. ஒருகை ஆகும்; அதற்கு இணையாக இருப்பிலே வைத்தது ஒரு கை ஆகும்.

இரண்டாம் முகத்திற்கு ஏற்பப் பொருந்திய இணைக்கைகளில் செவ்வாடையை உடைய தொடையின் மேல் தங்கியது ஒரு கை ஆகும். அதற்கு இணையாக அன்புடைய அடியார்பால் விரும்பி வர அடர்ந்த யானையைத் தோட்டியால் செலுத்தக் கொண்டது ஒரு கை ஆகும்; மூன்றாம் முகத்திற்கு ஏற்பப் பொருந்திய இணைக் கைகளில் ஒன்று, அந்தணர் வேள்வியைக் கெடுக்க நினைக்கும் அசுரர்களை வெருட்டுதற் பொருட்டு வியப்பையும் கருமையையும் உடைய கேடயத்தை ஏந்திச் சூழற்ற, மற்றொரு கை வேலை வலமாகச் சுழற்றுகிறது.

நான்காம் முகத்திற்கு ஏற்பப் பொருந்திய இணைக் கைகளில், எஞ்சிய பொருள்களை ஏமமுற நாடி விளங்குக்கால், ஒரு கை மோன முத்திரையுடன் மார்பொடு விளங்க, ஒரு கை மார்பில் உள்ள மாலையுடன் சேர்ந்து அழகொடு பொலிகின்றது.

ஐந்தாவது முகத்திற்கு ஏற்பப் பொருந்திய இணைக்கைகளுள் ஒரு கை, தேவர்களைக் காக்கக் கருதி அசுரரை அழிக்க முற்படுங்கால், தொடியைக் கழல இட்டிருந்தலால், கை தூக்கும்போது கீழே இறங்குதலைப் பொருந்திய அத்தொடியொடு அக்கை உயரச்சென்று சுழல, அதற்கு இணையான கை இனிதாக ஒலிக்கின்ற மணியை அடித்து அதனை மாறி மாறி ஒலிக்கச் செய்கின்றது.

ஆறாம் முகத்திற்கு ஏற்பப் பொருந்திய இணைக் கைகளுள் ஒரு கை, குறவர் மடமகளொடு நகை அமர்ந்திருக்குங்கால் உலகில் இல்வாழ்க்கை இனிமையின் நடைபெறுவதாகலின், அஃது அவ்வாறு நடைபெற நீல

நிறத்தையுடைய மேகத்தாலே மிக்க மழையைப் பெய்வித்து நிற்க, அதற்கு இணையான கை, அந்த இல்வாழ்க்கை நடப்பதற்காகத் தேவ மகளிர்க்கு மணமாலையைச் சூட்டுகின்றது.

இவ்வாறு அந்த பன்னிரண்டு கைகளும் முறையே ஆறு திருமுகங்களுக்கும் ஏற்ற முறையில் பொருந்தும்படி செயல்படுகின்றது என்பதை,

பன்னிரு வகைகளின் தொழில்கள்

“ஆரம் தாழ்ந்த அம்பகட்டு மார்பின்
செம்பொறி வாங்கிய, மொய்ம்பின், சுடர்விடுபு,
வண்புகழ் நிறைத்து, வசிந்துவாங்கு, நிமிர்தோள்
விண்செலல் மரபின் ஐயர்க்கு ஏந்தியது
ஒருகை, உக்கம் சேர்த்தியது ஒருகை;
நலம்பெறு கலிங்கத்துக் குறங்கின்மிசை அசைகியது ஒருகை
அங்குசம் கடாவ ஒருகை; இருகை
ஐஇரு வட்டமொடு எஃகுவலம் திரிப்பு; ஒருகை
மார்பொடு விளங்க, ஒருகை
தாரோடு பொலிய ஒருகை
கீழ்வீழ் தொடியொடு மீமிசைக் காடொப்பஈ ஒருகை
பாடுஇன் படுமணி இரட்ட; ஒருகை
நீல்நிற விசும்பின் மலிதுளி பொழிய, ஒருகை
வான்அர மகளிர்க்கு வதுவை சூட்ட;
ஆங்குஅப் பன்னிருகையும் பாற்பட இயற்றி”

(திருமுருக., பா.104-118)

இப்பாடல் வரிகளின் வாயிலாக பன்னிரு கரங்களின் சிறப்புக்களை அறிய முடிகின்றது.

முடிமணிகளும், மரக்குழையும்

ஆறுமுகங்களின் முடியில் பொருந்திய மணிகள் மின்னலொடு மாறுபடுவதைப் போன்று பொலிவுடன் திகழ்கின்றது. மகரக் குழைகள் மதியைச் சூழ்ந்த விண்மீனைப்

போல ஒளி விசுகின்றன என்பதை,

"ஆகலா மீனின் அவிர்வன இமைப்ப" *(திருமுருக., பா.88)*

என்ற பாடல் வரியினால் அறிய முடிகின்றது. இதைக் குமரகுருபரர் சுவாமிகளும்,

".......... பருதி
பலவும் எழுந்து சுடர் பாலித்தாற் போலக்
குலவும் மகரக் குழையும்" *(கந்தர் கலிவெண்பா., பா.40)*

என்று கதிரவர் பன்னிருவர் தோன்ற ஒளிர்வது போல் விளங்கும் பன்னிரண்டு மகரக்குண்டடங்களும் என்று வர்ணிப்பது குறிப்பிடத்தக்கது.

அலைவாயில் ஆறுமுகன் வந்தருளியிருக்கும் காட்சி: (திருச்சீரலைவாய் திருச்செந்தூர்)

தேவதும்பி முடிங்கவும், கொம்புகள் மிக்கொலிப்பவும் வெள்ளிய சங்குகள் முழங்கவும், இடியை ஒப்ப முடிக்கும் முரசோடு, வேல்கொடியில் இருந்து மயில் அகவவும், சான்றோர்களாலே புகழப்பட்ட மிக உயர்ந்த புகழினையுடைய நாமனூரலைவாய் என்னும் திருப்பதியில் ஏற எழுந்தருளுதலும் அவ் இறைவனுக்கு நிலைபெற்ற தன்மை என்பதை,

"அந்தரப் பல்லியம் கறங்க, திண்காழ்
வயிர்எழுந்து இசைப்ப, வால்வளை ஞரல,
உரம்தலைக் கொண்ட உரும்இடி முரசமொடு
பல்பொறி மஞ்சை வேல்கொடி அகல,
விசும்பு ஆறுஆக விரைசெலல் முன்னி,
உலகம் புகழ்ந்த ஓங்குஉயர் விழுச்சீர்
அலைவாய்ச் சேறலும் நிலைஇய பண்பே அதாஅன்று"

(திருமுருக., பா. 119-125)

என்ற பாடல்வரிகளின் வாயிலாக முரசு முழங்கும் ஓசைக்கு இடியின் ஓசையை உவமையாக கூறியிருப்பதை அறிய முடிகின்றது.

அந்தப் பல்லியம் என்றது வானத்தின் கண் வாழும் தேவர்களுடைய இசைக்கருவியைக் குறிக்கிறது. முருகப் பெருமான் எழுந்தருளுங்கால் தேவர்கள் துந்துபி முழக்கிக் கண்டு மகிழ்வார்கள் என்பதை அறியமுடிகின்றது.

முருகன் மடந்தையொடு வீற்றிருத்தல்

குற்றமற்ற அறக் கற்பினையுடைய தெய்வானையுடன் சிலநாள் திருவாவின்குடி என்னும் ஊரில் இருத்தலும் உரியன் முருகன் என்பதை,

"தாஇல் கொள்கை மடந்தையொடு சிலநாள்
ஆவினன்குடி அசைதலும் உரியன், அதாஅன்று"

இப்பாடல் வரிகளின் வாயிலாக முருகன் தெய்வானையுடன் வீற்றிருக்கின்ற வடிவழகினை அறியமுடிகின்றது.

குன்றுதோறும் ஆடல்புரியும் தன்மை

விரலாலே வலிந்து அலர்த்தப்ப உடமையான் மணம் வேறுபடுகின்ற, சுனையிற் பூத்த மலராலே புனையப்பட்ட வண்டுகள் மொய்க்கும் கண்ணினையும், பிணைக்கப்பட்ட பிறமாலைகளையும் சேர்த்தினயினை கூந்தலையும் உடையராய், கஞ்சங்குல்லையும், நறிய பூங்கொத்துக்களையும் மராமரத்துக் மலர்க்கொத்துக்களையும் இடையே இட்டுத் தொகுக்கப்பட்ட பெரிய குளிர்ந்த அழகிய தழையை வடங்கள் திருந்திய அல்குலிடத்தே ஆடையாக உடுத்தி, மயிலைக் கண்டாற் போன்ற சாயலையுடைய மகளிரோடு (குன்றக்குரவை ஆடும், குறவர்களிடம்) எழுந்தருளி வருகின்றான் முருகன் என்பதை,

"விரல் வளர்ப்பு அவிழ்ந்த அணிந்த வேறுபடு நறுங்காள்,
குண்டு கனைபூத்த வண்டுபடு கண்ணி,
இணைத்த கோதை., அணைந்த கூந்தல்,
முடித்த குல்லை, இலையுடை நறும்ப,
சேங்கால் மராமத்து, வால்இணர், இடை இடுபு,
கரும்புணத் தொடுத்த பெருந்தண் மாத்ழை

திருந்துகாழ் அல்குல் திளைப்ப உட்கு,
மயில்கண் டன்ன மடநடை மகளிரொடு”

(திருமுருக., பா. 198-205)

இப்பாடல் வரிகளின் வாயிலாக மயிலைக் கண்டாற் போன்ற சாயலையுடை மகளிரொடு (குன்றக் குரவை ஆடும் குறவர்களிடம்) எழுந்தருளி வருகின்ற முருகனின் வடிவழகினை அறியமுடிகின்றது. மேலும் 206 முதல் 217 வரையுள்ள பாடல் வரிகளில் அவ்வாறு வரும் முருகன் சிவந்த திருமேனியன், சிவந்த ஆடையை உடையவன், அசோகினது குளிர்ந்த தளிர்கள் அசைகின்ற காதுகளை உடையவன், அரைக் கச்சையை அணிந்தவன், வீரக்கழல் தரித்தவன்; வெகுசி மாலையைச் சூடியவன், புல்லாகுழலை வாசிப்பவன், பெரிய கொம்பை ஊதுபவன், வேறுபல சிறு வாத்தியங்களை ஒலிப்பவன். ஆட்டுக்கிடாவை வாகனமாக உடையவன், ‘நெடிய உருவம் படைத்தவன்; தொடி’ என்னும் அணியைத் தோளில் அணிந்தவன். இடுப்பில் இறுகக் கட்டிய அரைக்கச்சையின் மேல் உடுப்பதாகக் கொண்ட நறிய குளிர்ந்தமென்மை மிக்கதாகிய ஆடை நிலத்தளவும் தொங்கிப்புரளும் வண்ணம் தரித்தவன். முடிவை ஒத்த பெரிய கைகளால் பொருந்த ஏந்தி, மெல்லிய தோளையுடைய மான்பினை போலும் பல மகளிரைத் தழுவிக் கொண்டு அவர்க்கு முதற்கை கொடுத்து மலைகள்தோறும் சென்று விளையாடுதல் முருக கடவுளின் நிலைத்த குணம் என்ற அழகினை அறிய முடிகின்றது.

பண்டை காலத்தே மகளிர் தழையாலே ஆடை இயற்றி உடுத்தும் வழக்கம் உடையவர் என்பதை அறிய முடிகின்றது. இவ்வழக்கத்தை,

“பல்பூம் பகைத்தழை நுடங்கும் அல்குல்” *(நற்றிணை 8:2)*

என்றும்,

“தண்ணறுர் [illegible] வமும் தவழ்கொடித் தவளமும்

....

தழையும் கோதையும் இழையும் என்றிவை
தையினர் மகிழ்ந்து திளைஇ விளையாடு
மடமொழி யாயத் தவர்" *(கலி:102-2-7)*

என்று வரும் இலக்கிய பகுதிகளின் வாயிலாக அறியமுடிகின்றது.

முருகன் இருப்பிடங்கள் (பழமுதிர்ச்சோலை)

குன்றுதோறும் ஆடற்கண் நிற்றலேயன்றி சிறிய தினை அரிசியைப் பூக்களோடு கலந்து பிரப்பரிசியாக வைத்து மதியறுத்துக் கோழிக்கொடி உயர்த்தி அவ்விடத்தை இந்த இறைப்பொருள் நிற்பதாக நினைத்து ஊர்கள்தோறும் எடுக்கின்ற தலைமை பொருந்திய விழாவிடத்தும் முருகப் பெருமான் எழுந்தருளியிருப்பதை,

"சிறுதினை மலரொடு விரைஇ, மதிஅறுத்து,
வாரணக் கொடியொடு வாயிற்பட நிறீஇ,
ஊர்ஊர் கொண்ட சீர்கெழு வடிவிலும்,
ஆர்வலர் ஏத்த மேவரு நிலையிலும்,
வேலன் தைஇய வெறிஅயர் களனும்,
காடும் காவும், கவின்பெறு துருத்தியும்
யாறும் குளனும், வேறுபல வைப்பும்,
சதுக்கமும் சந்தியும், புதுப்பூங் கடம்பும்,
மன்றமும் பொதியிலும், கருதுடை நிலையினும்"

(திருமுருக., பா.218-226)

இப்பாடல் வரிகளின் வாயிலாக அன்புடையோர் ஏத்துதலால், மனம் பொருந்தி அவ்விடத்தும் இருப்பான், வேலன் இழைத்த வெறியாடு களத்திலும், காட்டிலும், சோலையிலும், அழகுபெற்ற ஆற்றிடைக் குறைகளிலும், ஆற்றிலும், குளத்திலும், முன்கூறப்பட்ட ஊர்களன்றி வேறு பல ஊர்களிலும், நாற்சந்தியிலும், முச்சந்தியிலும், ஐஞ்சந்தியிலும், புதிதாக மலர்ந்துள்ள கடப்ப மரத்திலும், ஊர்நடுவே மக்கள் கூடியிருக்கும் மன்றத்து மரத்திலும், ஊரம் பலங்களிலும் அருட்குறியாக நடப்பட்ட தறிகளிலும் முருகன்

எழுந்தருளியிருப்பான் என்பதின் வாயிலாக வழிபாட்டிற்குத் தகுதியற்றது என்று குறிக்கத்தக்க இடம் ஒன்றுமே இல்லை என்று கூறும் வகையில்,

“அங்கிங்கெனாதபடி எங்கும் நிறைந்திருப்பதின் இறைவன்’ என்பதை இப்பாடல் வரிகளின் வாயிலாக நக்கீரர் உணர்த்தியிருப்பதை அறிய முடிகின்றது. வழிபாட்டு இடங்களால் ஏற்றத்தாழ்வு ஒன்றும் இல்லை. அன்பு ஒன்றே வேண்டப்படுவது. ‘அன்புடையார் இருக்கும் இடம் தேடிவந்து அவ்வன்பர் முன்நின்று முருகன் அருள்புரிவான், அவனுடைய எளியனாந் தன்மை இருந்தவாறு என்னே’! என்று தெள்ளந் தெளிய உணர்த்துவதை இப்பகுதியின் வாயிலாக அறியமுடிகின்றது.

‘ஆகவலர் ஒத்த மேருவரு நிலையினும்’ என்றதனால் ஆர்வலர் நெஞ்சாகிய தாமரையில் எழுந்தருளால் அவ்விறைவனுக்கும் பெரிதும் விருப்பமுடைய செயலாகனின் சங்குப் பொருந்தியிருப்பின் என்றவாறு இதனை,

“அஞ்சுமுகத் தோன்றில் ஆறுமுகம் தோன்றும்
வெஞ்சமரில் அஞ்சல்என வேல்தோன்றும் நெஞ்சில்
ஒருகால் நினைக்கின் இருகாலுந் தோன்றும்
முருகா என்றோதுவார் முன்” (திருமுருக., வெண்பா.,6)

என்னும் பழம்பாடலும் உணர்த்துகின்றதை அறியமுடிகின்றது.

தொகுப்புரை

“நக்கீரர் தாம் உரைந்த நன்முருகாற்றுப்படையைத்
தற்கோல நாடோறும் சாற்றினால் முற்கேல
மா முருகன் வந்து மனக்கவலை தீர்த்தருளித்
தான் நினைத்த எல்லாம் தரும்”

என சங்ககாலத்து புலவரான நக்கீரர் அருளிய திருமுருகாற்றுப் படையின்மூலம் மனிதன் எல்லா நலன்களையும் இறையன்பையும் பெறமுடியும் என்பதனையும் அறிய முடிகின்றது. திருமுருகாற்றுப்படை சித்தரித்துக் காட்டும்

அறுபடை வீடுகளில் திருப்பரங்குன்றத்தில் கோயில் கொண்டுள்ள இறைவனின் வடிவழகினையும், திருச்சிலை வாயிலில் அருள்பாலிக்கும் ஆண்டவனின் ஆறுமுகங்களின் வடிவழகினையும், பன்னிருகைகளின் வடிவத்துடன் ஆறுமுகங்கள் செயல்படும் வடிவழகினையும் அறிய முடிகின்றது. திருஆவினன் குடியில் முருகன் தெய்வானையுடன் வீற்றிருக்கின்ற வடிவழகினையும், திருஏரகம் என்னும் படைவீட்டில் முனிவர்களுக்கு அருள் பாலிக்கும் வடிவழகினயும், குன்றுதொறும் ஆடல் என்ற இடத்தில் குரவைக் கூத்தினைக் காணும் முருகனின் வடிவழகினையும், பழமுதிர்ச்சோலையாகிய படை வீட்டில் முருகனின் இருப்பிடங்களின் அழகினையும் அறிய முடிகின்றது. இவ்வாறாக அறுபடை வீடுகளின் வடிவழகினை திருமுருகாற்றுப்படையின் வாயிலாக நக்கீரர் எடுத்துரைத்திருப்பதை அறியமுடிகின்றது.

4. சங்க இலக்கியத்தில் தோற்கருவிகளும், துளைக்கருவிகளும்

சங்க தமிழரின் வாழ்வியல் செய்திகளைப் பதிவு செய்துள்ள சங்க இலக்கியங்கள் இசைக் கருவிகளைப் பற்றிய செய்திகள் பலவற்றையும் வெளிப்படுத்தியுள்ளன. இசைக்கும் நடனத்திற்கும் அழகையும் வடிவையும் தருவது தாளம். தாளம் இசையோடுதான் தோன்றியிருக்கலாம் என்றும் கூறலாம். காரணம் தாளம் இசையிலும் கூத்திலும் மட்டும் அடக்கியிருக்கவில்லை. மனிதனின் இதயத்துடிப்பு, நாடித்துடிப்பு ஆகியவை ஒரு தாளகதியில் அமைந்திருக்கின்றன. தாளம் பாட்டை ஒழுங்குபடுத்துவதோடு கேட்பதற்கு இனிமை தருகிறது. அதற்குத் தாளக்கருவிகள் துணை நிற்கின்றன. தாளக்கருவிகளை முழக்கியவுடனேயே ஓர் உந்துதலும் புத்துணர்வும் ஏற்படுகின்றது. இதனை நன்கு உச்சதரித்தாலேயே சங்கத் தமிழ் மக்கள் பலவிதமான தாளக் கருவிகளைப் பயன்படுத்தியுள்ளனர்.

வீரத்தை உணர்த்த, வெற்றியை அறிவிக்க, கிளிகளை ஓட்ட, வெறியாடல் நிகழ்த்த என்று பலவற்றிற்கும் தோற்கருவிகள் பயன்பட்டுள்ளன. சேர, சோழ, பாண்டியர் என்னும் மூவேந்தருக்கும் முரசு சிறப்புக் கூறாக அமைந்துள்ளது குறிப்பிடத்தக்கது.

நாகரிகம் வளர்ச்சி அடையாத காலத்தில் மனிதன் தன்னுடைய உணர்வுகளைப் பகிர்ந்து கொள்ள பயன்படுத்தியுள்ள கருவிகள், ஆதிகாலத்தில் வெறும் கருவிகளாக மட்டுமே பயன்பட்டிருக்கின்றன. காலப்போக்கில் பண்படுத்தப்பட்ட இசையை இசைக்கும் இசைக்கருவிகளைத் தோற்றம் பெற்றுள்ளன. சங்ககால மனிதர்களிடையே வழங்கி வந்துள்ள பயன்பாட்டிற்குரிய சில இசைக்கருவிகள் சங்க இலக்கியத்தில் பதிவு பெற்றுள்ளன. அவற்றுள் துளை கருவி எனும் பிரிவில் சங்கு, குழல், கொம்பு, தூம்பு எனும் நான்கு துளைக்கருவிகளைப் பற்றிய சான்றுகள் பதிவு பெற்றுள்ளன.

இத்தகைய சிறப்பிற்குரிய சங்க இலக்கியத்தில் இடம் பெறுகின்ற தோற்கருவிகளைப் பற்றியும், துளைக்கருவிகள் பற்றியும் ஆய்வு செய்வதாக இப்பகுதி அமைகின்றது.

அரிப்பறை

அரிப்பறை எனும் ஒரு தோற்கருவி சங்க காலத்தில் பதிவு பெற்றுள்ளது. அரிப்பாணர் என்பார் இவ்விசைக்கருவியை இசைத்துள்ளனர். நெற்களத்தில் குவித்து வைக்கப்பட்டுள்ள நெல்மணிகளைப் பாதுகாக்க இப்பறை அடிக்கப்பட்டுள்ளது. அரிந்த நெற்றாள் குவியலுக்கு அரி என்று பெயர் வழக்கலிருந்திருக்கின்றது. தவிர இப்பறையில் அரித்தெழும் ஓசை உண்டாகியிருக்கக்கூடும். எனவே அதனை அடைமொழியாகக் கொண்டு 'அரிப்'பறை என்று அழைக்கப்பட்டிருக்க வேண்டும்.

ஆகுளி

சங்க காலப் பாணர்களிடையே மிகவும் புழக்கத்திலிருந்த ஒருவகைப் பறை ஆகுளி. கைவிரல்களால் தட்டி இசைக்கப்பட்டுள்ளது என்பதை,

விரலூன்று படுகண் ஆகுளி கடுப்பக்
குடிஞை இரட்டும் நெடுமலை யடுக்கத்து *(மலை. 140-141)*

எனும் அடிகளின் வாயிலாக அறியமுடிகின்றது.

இக்கருவி சில சமயங்களில் தனித்தும் பல சமயங்களில் தூம்பு, மண்முழா, எல்லரி, பதலை, ஒருகண் மாக்கிணை, யாழ், சங்கு, காளம் ஆகிய இசைக்கருவிகளுடன் சேர்த்தும் இசைக்கப்பட்டுள்ளது.

கிணை

கிணைப்பறை பற்றிய பல குறிப்புகள் பாட்டிலும் தொகையிலும் கிடைத்துள்ளன. வாரினால் இழுத்துக் கட்டப்பட்ட ஒரு கண்ணையுடையது. புதிய தோல்

போர்த்தப்பட்டது. சிறுகோல் கொண்டு அடித்து ஒலியெழுப்பப்படுவது ஆகும். இப்பறையை இசைப்பவர் கிணையன், கிணைவன், கிணைமகன் என்றும் அவனின் மனைவி கிணை மகள் என்றும் அழைக்கப்படுகின்றனர். கிணைவர் தமது இனிய குரலிலே கிணை எனும் கருவியை இசைத்துக் கொண்டே பாடுவர். வயல் வெளிகளில் கிணையை முழக்கிக் கொண்டு வேளாளனின் கீர்த்தியைப் பாடுவர்.

எல்லரி

சங்க இலக்கியத்தில் புறநானூறும் மலைபடுகடாமும் எல்லரி எனும் கருவியைக் குறிக்கப்பட்டுள்ளன. பல இசைக் கருவிகளோடு ஒலிக்கப்பட்டுள்ளது. உரைகள் யாவும் சல்லி என்றே குறிப்பிடுகின்றன. இதனை பின்வரும் பாடல் வரிகள் எடுத்தியம்புவதை,

கடிகவர் பொலிக்கும் வல்வா யெல்லரி *(மலை - 10)*

எல்லரி தொடுமின் *(புறம் 152-16)*

என்பதை இப்பாடல் வரிகளின் வாயிலாக அறியமுடிகின்றது.

குளிர்

குளிர் என்பது மூங்கிலை வீணைபோல் கட்டித் தெரிக்கும் கருவி என்று தஞ்சைவாணன் கோவை உரையாசிரியர் குறிப்பிடுகின்றார். (வீ.ப.கா. சுந்தரம், தமிழிசைக் களஞ்சியம். ப.125) தழல் அல்லது தட்டை என்னும் கருவிகளோடு கிளிகளை ஓட்டப் பயன்படுத்தப்பட்டுள்ளது. கிளிகடி என்று அழைக்கப்படுகின்றது.

கொட்டு

கொட்டு என்று ஒரு பறை பழங்காலத்தில் வழக்கில் இருந்துள்ளது. கொட்டுதல் என்றால் இசைத்தல் என்று பொருள் தாள முழக்கங்களைக் கொட்டு என்னும் சொல்லால் குறிப்பதுண்டு.

சல்லரி

சல்லரி என்பது தோலால் மூடிய ஒருமுகப்பறை இதன் ஒருவாய் திறந்து இருக்கும். குமிழினை உள்ளே கட்டிய உடலினை உடையது. உள்ளங்கையாலும் நுனி விரல்களாலும் தாக்கப்பட்டு முழக்கப்படுவது. அரிக்கூடின்னியம் என்பது சல்லரி என்கிறார் வீ.ப.கா சுந்தரனார். *(வீ.ப.கா.சுந்தரம், தமிழிசைக் களஞ்சியம், ப.283)* இதனை,

அரிக்கூடு இன்இயம் கறங்க நேர்ந்தது *(மதுரை - 612)*

எனும் அடியின் வாயிலாக அறிய முடிகின்றது. அரித்து எழும் ஓசையை உடையன சல்லிகை, கரடிகை ஆகிய இரண்டும் என்கின்றனர் உரையாசிரியர்கள்.

சிறுபறை

சிறுபறை என்பது குறிஞ்சி நிலத்துப் தோற்பறையாகும். இஃது ஒருமுகப்பறையாகும். நுண்சீர் ஆகுளி இரட்ட என்று மதுரைக்காஞ்சி

நுண் நீர் ஆகுளி இரட்ட, பலவுடன் *(மதுரை - 606)*

குறிப்பிடுவது "மெல்லிய நீர்மையினையுடைய சிறுபறை ஒலிப்ப என நச்சினார்க்கினியர் உரை வகுத்திருப்பதால் நுண்ணிய ஒலியுடையது; அதற்கு மறுபெயர் ஆகுளி என்றும் கூறப்படுகின்றது. *(வீ.ப.கா.சுந்தரம், இ.தொ.ப.312)* சிறுபறை என்பது தற்காலத்தில் இசை அரங்குகளில் இசைக்கப்படும் கஞ்சிரா என்பது வீ.ப.கா.சுந்தரம் அவர்களின் கருத்தாகும். *(வீ.ப.கா.சுந்தரம் இ.தொ.ப.312)*

தட்டை

நீண்டதோர் மூங்கிலை எடுத்து நடுவில் நெட்டுக்குப் பிளந்து கொண்டு கைபிடிக்கும் பக்கம் பிளக்காமல் வைத்துக் கொள்வர். ஒரு புறத்தைப் பிடித்துக் கொண்டு மறுபக்கத்தைத் தட்டி ஓசை எழுப்புதலால் தட்டை எனப்பட்டது. மூங்கிலுக்குத் தட்டை என்ற பெயர் ஏற்பட்டிருக்கக் கூடும். தட்டை, மூங்கிலால் செய்யப்பட்டதென்பதை,

அமை அறுத்து இயற்றிய வெவ் வாய்த் தட்டை

(அகம்-388-2)

எனும் அடியின் வாயிலாக அறியமுடிகின்றது.

தட்டை, அரிக்குரல் தட்டை என்ற அடைவுடன் அழைக்கப்படுகின்றது. தினைப்புனம் காக்கும் மகளிர் கிளிகளை விரட்ட பயன்படுத்தியுள்ளனர். தட்டை என்பது கரடிகை என்ற நச்சினார்க்கினியர் உரைக்கின்றார்.

தடாரி

அகன்ற கண்காண உடையப் பறை. அரித்த ஓசையை ஏற்படுத்தக் கூடியது. தடாரி என்ற இச்சொல் தடாரி என்றும் வழங்கப்பட்டுள்ளது. தடாரி என்றால் உடுக்கை. கிணைப்பறை என்றும் சென்னைப் பல்கலைக்கழகத் தமிழகராதி பொருள் கூறுகின்றது.

தண்ணுமை

இருமுகப்பறை என்று வழங்கப்படுகின்றது. நீண்டு குவிந்த இரண்டு தலைகளை உடையது. ஒரு முகத்தைத் தாழச் செய்து மறு முகத்தில் இரு கடிப்புகளால் ஒலித்து முழக்கப்படும். மிகவும் அச்சுறுத்துகின்ற ஒலியை உடையது. நெற்கதிரை அரிக்கும் உழவர்கள் தண்ணுமையைப் பயன்படுத்தியுள்ளனர்.

தழல்

தழல் என்பது ஒரு வகையான பொறி ஆகும். இதனைக் களி கடி மகளிர் தலைக்கு மேலே கையை உயர்த்திச் சுழற்றுவர். அப்போது உண்டாகும் ஓசையில் பறவைகள் பயந்து ஓடும்.

துடி

பாட்டும் தொகையும் பல இடங்களில் பேசும் ஒரு பறை துடி, மரத்தால் செய்யப்பட்டு, தோல்வார்களால் இறுக வலித்துக் கட்டப்பட்டிருக்கும். வாரால் கட்டப்பட்டதுபோல் நூலாலும்

கட்டப்பட்டிருந்திருக்கிறது. இடி போன்ற ஓசையையுடையது. இத்துடியை இசைப்பவன் துடியன் என்று அழைக்கப்பட்டுள்ளான். இடைசுருங்கு பறை என்றும் உடுக்கை என்றும் அழைக்கப்படுகின்றது.

தொண்டகச் சிறுபறை

தொண்டகச் சிறுபறை குறிஞ்சி நிலத்திற்குரியதாகும். வட்டமான வாயினையுடைய இப்பறை கோலால் அடித்து முழக்கப்படுகின்றது. குரவை ஆடுவதற்குப் பயன்பட்டுள்ளது. தனித்தும் பிற கருவிகளுடனும் சேர்த்து இசைக்கப்பட்டுள்ளது.

பதலை

பதலை என்பது ஒருகண் மாக்கிணை என்று குறிக்கப்படுகின்றது. ஒரு பக்கத்தில் அடித்து இசைக்கப்படுவது பாணர்கள் செல்லும் இடங்களுக்கு எல்லாம் இக்கருவியைச் சுமந்து சென்று பயன்படுத்தியுள்ளனர்.

பம்பை

இரு பறைகள் ஒன்றன்மேல் ஒன்றாக அடுக்கி இணைக்கப்பட்ட பறை. நீள் உருளை வடிவுடையது. வாரால் இழுத்துக்கட்டப்பட்டது. இரு கைகளாலும் இரு வளைந்த சிறு குச்சிகளைக் கொண்டு இசைக்கப்படுவது. வன்மை ஒலியுடையது. வடுகர்கள் பயன்படுத்தியுள்ளதாகச் சான்று கிட்டியுள்ளது. தற்காலத்தில் பூம்பூம் மாட்டுக்காரர்கள் பயன்படுத்துகின்றனர். இன்றைக்குக் கேரள நாட்டில் பழக்கத்திலுள்ள பஞ்ச வாத்தியங்களில் பம்பையும் ஒன்று. இன்றைக்கும் நாட்டுப்புற இசையில் மிகவும் இன்றியமையாத இடத்தைப் பெற்றிருக்கின்றது. இக்கருவி வளைந்தக் கடிப்பினால் இசைக்கப்படுகின்றது.

பறை

திணைகளுக்கு யாழ் எனும் கருவிபோல பறை என்பதும் வரையறை செய்யப்பட்டுள்ளது. பறை என்னும் சொல், தோற்கருவி என்பதைக் குறிக்கும் பொதுச்சொல்லாகவும்

தனிப்பட்ட வகைக் கருவியாகவும் குறிக்கப்படுகின்றது. இப்பறை வாரால் இறுகக் கட்டப்பட்டது. ஒரு முகம், இருமுகம் என இருவகைப்படும். குறுந்தடிக் கொண்டு இசைக்கப்படுகின்றது.

பறை போர்ப்பறை, வெருப்பறை, வெறியாட்டுப் பறை தட்டைப்பறை, சாக்காட்டுப்பறை என்று ஓசை மற்றும் பயன்பாடு கருதி வெவ்வேறு பெயர்களில் அழைக்கப்பட்டு வந்துள்ளது. சங்கப் பாக்களில் பல பதிவுகளைப் பெற்ற கருவிகளில் பறையும் ஒன்று.

பெருந்துடி

துடியின் அளவில் பெரிய கருவி பெருந்துடியாக இருக்கலாம்.

பெருந்துடி கறங்கப் பிற புலம் புக்கு (நற்.77-2)

என்ற பாடல் வரியின் வாயிலாக வடிவில் பெரியதாக இருந்துள்ள இத்துடி வேற்று நாட்டு அரணை அழிக்கச் செல்லும்போது புலையனால் இசைக்கப்பட்டுள்ளது என்பதை அறியமுடிகின்றது.

மத்தரி

மத்தரி எனும் தோற்பறை குறித்துப் பரிபாடலில் மட்டுமே சான்று பதிவு பெற்றுள்ளது. மத்து அரி என்பதில் மத்து என்றால் மத்தியில் அடிப்பது. மத்தியில் அடித்து அரிக்கின்ற ஓசையை எழுப்புவதால் மத்தரி என்று அழைக்கப்பட்டிருக்கலாம். மத்தரி ஓர் இருமுகப்பறையாகும். இருபுறமும் தோலால் மூடப்பட்டிருக்கும்.

ஒத்த குழலினொலி யெடிமுழவிமிழ்
மத்தரி தடாரி தண்ணுமை மகுளி
ஒத்தளந்து சீர்தூக்கி (பரி. 121:40-42)

எனும் பரிபாடலடிகள் மத்தரி பல்லிசைக் கருவிகளுடன் சேர்ந்து முழக்கப்பட்டுள்ளதை எடுத்துரைக்கின்றது.

மகுளி

மகுளி என்னும் பறையின் பெயர் பரிபாடல் மற்றும் அகநானூறு ஆகியவற்றில் பதிவு பெற்றுள்ளது. குடிலோடு இணைந்து தோற்கருவிகள் இசைக்கப்படுகின்றன. குழல் தவிர ஏனையவை தோற்கருவிகள் என்பதால் மகுளியும் தோற்கருவியே என்று கொள்ளலாம்.

உருள்துடி மகுளியின் பொருள் தெரிந்து இசைக்கும்
கடுங்குரற் குடிஞைய நெடும் பெருங் குன்றம் *(அகம் -19: 4-5)*

எனும் அடிகளுக்கு "உருளும் இழுக பறையினைப் போல் பாருள் தெரிய ஒலிக்கும் கடுமையான குரலைக் கொண்டு அலரும் கூகைகள் நிறைந்த மலை" என்று உரையாசிரியர்கள் பொருள் விளக்கம் தருகின்றனர். எனவே மகுளி என்பது ஆந்தையின் அலறல் ஒலி போன்று இருந்தது என்று புலனாவதை அறியமுடிகின்றது.

முரசு

மலை, ஆறு, நாடு, ஊர், யானை, குதிரை, மாலை, கொடி, முரசு, ஆணை ஆகிய தலைவனின் பத்துச் சிறப்புகளில் முரசும் ஒன்று. முரசு என்பது வெறும் தோற்கருவியாக மட்டும் கருதப்படாமல் மதிப்பிற்கும் போற்றுதலுக்கும் உரிய தெய்வத்தன்மை மிக்க உயரிய பொருளாகக் கருதப்பட்டுப் பயன்பாட்டிலிருந்திருக்கின்றது.

தெய்வத்திற்கு அளிக்கப்பட்ட பூசை, பலி, வழிபாடு ஆகியன முரசிற்கும் உரியனவாயிருந்திருக்கின்றது. முரசு என்பது மன்னனின் மதிப்பைக் குறிப்பதாகவும் அம் முரசைக் கைப்பற்றுதல் என்பது உயிரைவிட உயர்ந்த மரியாதைக்குரியதாகவும் அம்முரசை இழத்தல் என்பது மிகவும் அவமானத்திற்குரியதாகவும் கருதப்பட்டது.

வீரமுரசு, வெற்றிமுரசு, பொதுமுரசு, மணமுரசு என முரசு பல்வகைப்படும். முரசின் பயன்பாடும் பல வகைப்பட்டது.

முரசு ஒரு முகமுடையது. இதன் முகம் அளவில் பெரியது. மயிர்க்கண்ணையுடைய தோலால் போர்த்தப்பட்டு வார்களால் இழுத்துக் கட்டப்பட்டது; குறுந்தடியால் அடித்து ஒலியெழுப்பப்படுவது. சங்கப்பாக்களில் அதிக அளவில் பதிவு பெற்றுள்ள தோற்கருவி முரசேயாம்.

மசூதிகளில் தொழுகை நேரங்களை அறிவிக்கும் வண்ணம் ஒரு தோற்கருவி இசைக்கப்பட்டுள்ளது. (இரா. கலைவாணி. சங்க இலக்கியத்தில் இசை. பக். 149)

இக்கருவி நகரா என்றும் நகரி என்றும் அழைக்கப்பட்டுள்ளது. இந்தியா முழுவதும் இந்துக் கோயில்களில் "மின்சார மங்கல வாத்தியம்" என்ற கருவித் தொகுப்புப் பூசை நேரங்களில் பயன்படுகின்றது. அதில் ஒரு நகரி, இரண்டு மணி, இரண்டு சேகண்டி ஆகியன இடம் பெற்றுள்ளன. இத்தொகுப்பு, மேடையமைத்துப் பொருத்தப்பட்டுள்ளது. மின்சாரத்தொடர்பு கொடுக்கப்பட்டுள்ளது. விசையை அழுத்தியவுடன் இசையை ஒலிக்கிறது. இந்நகரா பழங்கால முரசை ஒத்துள்ளது.

முழவு

முரசிற்கு அடுத்து அதிகப் பதிவுகளைப் பெற்றுத் திகழ்வது. முழவு என்னும் தோற்கருவியாகும். முரசு என்னும் சொல்லும் இணையாக முழவு என்னும் சொல்லும் கோலோச்சியுள்ளது.

முழவு அகமுழவு, அகப்புறமுழவு, புறமுழவு, புறப்புற முழவு, பண்ணமை முழவு, நாண் முழவு, காலை முழவு என என ஏழுவகையாகப் பிரிக்கப்பட்டுள்ளது. முரசிற்குரிய அமைப்பு, பயன்பாடு, புகழ் சிறப்பு அனைத்தும் முழவிற்கும் உரியதாகும்.

முழவின் வட்டமான மயிர்க்கண் பரவலாகப் பேசப்பட்டுள்ளது. எருமைத் தோலால் போர்த்தப்பட்டது. அகன்ற பரப்பையுடையது. மண்ணினால் குழைத்துச் செய்யப்பட்டது. மண் ஆர் முழவு என்று குறிக்கப்பட்டுள்ளதால்

முழவு என்பது மண்ணால் யாக்கப்பட்டு நிலையாக ஓரிடத்தில் பொருத்தப்பட்டிருக்கலாம். முரசு என்பது யானை, குதிரை வண்டி ஆகியவற்றின்மூலம் வேறு இடங்களுக்கு எடுத்துச் செல்லப்பட்டிருக்கின்றது. முழவு என்பது பல சமயங்களில் ஒரே இடத்தில் பொருத்தப்பட்டு இசைக்கப்பட்ட கருவியாக இருந்திருக்க வேண்டும்.

முழக்கப்பட்டதெல்லாம் முழவு என்பார் இசை வல்லுநர்.

மடிவாய்த் தண்ணுமை நடுவண் ஆர்ப்ப   (நற்.130:2)

மடிவாய்த் தண்ணுமை நடுவன் சிலைப்ப   (பெரும்.144)

மடிவாய்த் தண்ணுமை இழிசினன் குரலே?   (புறம்.289:10)

போர்ப்புறு தண்ணுமை ஆர்ப்பு எழுந்து நுவல

(பதிற்று 84:84-15)

அப்படியெனில் முரசு என்றும் முழவு என்றும் இரு வேறு பெயர்களில் குறிக்க வேண்டிய காரணம் யாது? முரசு, முழவு என்பன அளவில், வடிவில் சிற்சில மாறுபாட்டையுடையதாக இருந்திருக்கலாம்.

சங்க இலக்கியங்களில் முழா என்ற சொல்லாக்கமும் பல இடங்களில் இடம் பெற்றுள்ளது முழா என்பது குடமுழா என்பதாக இருக்கலாம். காரணம் சங்க இலக்கியம் முழவைப் பற்றிக் குறிப்பிடுகையில் "அடிமரம் போன்ற பருத்த முழவு" என்றும் "பலாப்பழம் போன்ற" என்றும் குறிக்கின்றது. பலாப்பழம் உருண்டு திரண்ட சற்றே நீள் வட்ட வடிவமானது. இவ்வடிவ ஒற்றுமை குடமுழாவிற்குப் பொருத்தமாக உள்ளது.

குடமுழா எனும் சொல் காரைக்கால் அம்மையாரின் மூத்தத் திருப்பதிகத்தில் தான் இடம் பெற்றுள்ளது என்கிறார் குடவாயில் பாலசுப்பிரமணியம் அவர்கள். மூவர் தேவாரங்களிலும் கல்லாடத்திலும் இச்சொல் பதிவு பெற்றுள்ளது. ஏறக்குறைய கி.பி. 5-ஆம் நூற்றாண்டிலிருந்து

குடமுழா எனும் சொல் பயன்படுத்தப்பட்டுப் பின்தொடர்ந்து வந்திருப்பதைக் காண முடிகின்றது.

குடமுழா என்பது மும்முக. நான்முக, ஐம்முகப் பறைகளாகக் கருதப்படுகின்றது. கி.பி. 11 ஆம் நூற்றாண்டில் இரண்டாம் இராசராசனால் கட்டப்பட்ட தாராசுரம் கோவிலில் மும்முகமுடைய குடமுழா பல இடங்களில், பெண்கள் இசைப்பதான புடைப்புச் சிற்பமாகக் காணப்படுகின்றது.

பஞ்சமுக வாத்தியம் என்று தற்காலத்தில் குறிக்கப்படும் இக்கருவி இன்றைக்குத் திருவாரூர் தியாகராாசர் பெருமான் திருக்கோவிலில் வழிபாட்டுக் காலங்களில் இசைக்கப்பட்டு வருகின்றது. இக்கருவி மூன்றரை அடி உயரம் உடையதாகவும் நின்று கொண்டே இசைக்கக் கூடியதாகவும் உள்ளது. கையினால் முழக்கப்படுகின்றது.

பணை

சங்க இலக்கியத்தில் தோற்கருவி என்பதைக் குறிக்க பணை என்ற சொல் பயன்படுத்தப்பட்டுள்ளது. இச்சொல்லுக்கு முரசு, பெரும்பறை என்றே உரையாசிரியர்கள் பொருள் தருகின்றனர். பணை எனும் சொல் மிகுதியாகப் போர்க்களத்தில் பாசறையில் பல இசைக் கருவிகளுடன் ஒலிக்கும் முரசு, வீரர்களை உற்சாகப்படுத்தும் போர்முரசு, வெற்றி முரசையுடைய மன்னர்கள், முரசையுடைய மூவேந்தர்கள், காவல் மரமான கடம்பை வீழ்த்தி அதிலே முரசு செய்வர். முரசு முழங்கும் மன்னரின் போர்க்களம் வாழவேண்டும் என்று போரோடும் போர்க்களத்தோடும் தொடர்புடையதாய் அமைந்துள்ளது. இதனை விளக்கும் பாடல் வரிகள் பின்வருமாறு,

விரவுப் பணை முழங்கும் நிரைதோல் வரைப்பின்

(பதிற்று. 88:16)

எடுத்தெறிந்து இரங்கும் ஏவல் வின்பணை *(பதிற்று. 39:5)*

விரவுப் பணை முழங்கும் *(பதிற்று 38:16)*

வியன் பணை முழங்கும் வேல்மூசு அழுவத்து

(பதிற்று. 31:30)

பணைகெழு வேந்தரை இறந்துடு *(புறம் - 119-6)*

முழங்கும் இசை நன் பணை அறைவனர் நுவல

(மதுரை 362)

வென்றெறி முழங்கு பணை செய்த வெல்போர்

(பதிற்று - 11-4)

கடம்பு அறுத்து இயற்றிய வலம்படு வியன் பணை

(பதிற்று - 17:5)

என்ற பாடல் வரிகளின் வாயிலாக பணை எனும் சொல் "யானையின் அகன்ற கால்" என்பதைக் குறிக்கும் சொல்லாகவும் இடம் பெற்றுள்ளது. உழவுத் தொழில் செய்யும் உழவர்கள் மகிழ முழவையும் பெருகுபறைகளையும் ஒலித்தனர் என்றும் இச்சொல் இடம் பெற்றுள்ளது. இதனை

வடிமணி அணைத்த பணைமருள் நோன் தான்

(பதிற்று - 33:2)

உழவர் களி தூங்க முழவு பணை முரல *(பரி 7:16)*

என்ற பாடல் வரிகளின் வாயிலாக அறியமுடிகின்றது.

குழலூதும் கோவலர்கள் தோற்கருவியை இசைத்துள்ளனர் என்பதை,

அந்திக் கோவலர் அம்பணை இமிழ்இசை *(அகம் - 124-14)*

என்ற பாடல் வரியின் வாயிலாக அறியமுடிகின்றது. எனவே பனை எனும் சொல் முழவு, முரசு, போர் முரசு, வெற்றி முரசு, வீர முரசு என்று குறிக்கும் பொதுவான சொல்லாக அமைந்துள்ளதை அறியமுடிகின்றது.

மனிதன் ஊது கருவியாகிய குழலினை மூங்கிலில் ஓரிரு துளைகளை இட்டு ஊதினான். இதில் ஓரிரு சுரங்களை மட்டும்

தொடக்க காலத்தில் வாசிக்க முடிந்தது. பின்னர் துளைகளை அதிகப்படுத்தி சுரங்களையும் அதிகப்படுத்தி வாசிக்கத் தொடங்கினான். பின் படிப்படியாக வளர்ந்து ஏழு சுரங்களை வாசித்தது மட்டுமின்றி இராகங்களையும் வாசித்தான். துளைகளைப் பாதி மூடியும் பாதி திறந்தும் ஊதியும் பல்வேறு கானங்களையும் வெளிப்படுத்திய திறன் பாராட்டிற்குரியதாகும்.

ஊது கருவிகள் என்ற நிலையில் முதலில் தோன்றியது சங்காகும். அதைத் தொடர்ந்து குழல் தோற்றம் பெற்றது. குழலும் யாழும் இணைந்து பல்வேறு இன்னியங்கள் தோன்ற இசை வளர்ச்சிப் பெற்றது. சங்க இலக்கியங்களில் குழல் பற்றிய குறிப்புகள் காணக்கிடைக்கின்றன. இசையில் ஆய்வாளர்கள் குழலினை நான்கு வகைகளாகப் பகுத்துள்ளனர். அவை அடுக்குக் குழல்கள், விசில் குழல்கள், மூக்கினால் ஊதப் பெறும் குழல்கள் பக்கவாட்டில் ஊதப்பெறும் குழல்கள் என்பனவாகும். (சு.தமிழ்வேலு, நாலாயிர திவ்விய பிரபந்தத்தில் குழல், ப.266) என்று சு.தமிழ்வேலு குறிப்பிட்டுள்ளார்.

குழல் என்னும் இசைக்கருவி தமிழிசையில் இடம் பெற்று இருப்பதைப் போன்று மேற்கத்திய இசையிலும் இடம்பெற்றுள்ளது.

வேதகாலத்தில் முரளி, துனவா, நாதி பாக்குரா என்னும் குழல்கள் பயன்பாட்டிலிருந்தன என்பர் (து.ஆ.தனபாண்டியன், புல்லாங்குழல் ஓர் ஆய்வு. ப.9) அறிஞர்கள்.

உலகத்தின் தொன்மையான நாகரிகமே அனைத்திலும் குழல் ஊதுகருவியாக இருந்துள்ளமையை அறிய முடிகின்றது.

குழலின் வகைகள்

சங்க இலக்கியத்தில் ஆம்பல்குழல், கொன்றைக்குழல் எனும் இருவகையான குழல்கள் பதிவாகியுள்ளன.

ஆம்பல் குழல்

முல்லை நிலத்தின் பல இடங்களிலும் ஆம்பல் என்னும் பண்ணை இனிமையான குழலில் பலமுறை இசைப்பர்.

பசுக்களைக் கூட்டுவதற்கு ஆயர்கள் குழலில் பண்ணை இசைத்துள்ளனர்.

குறியிடத்திற்கு வருகின்ற பொழுது குழலில் ஆம்பற் பண்ணை இசைக்கச் சொல்லி தலைவி குறிப்பிட்டுள்ளாள்.

ஆம்பற் குழலில் ஊதுகின்ற இசை தலைவியைக் கலக்கமுறச் செய்துள்ளது. தோற்கருவிகளை இசைக்கின்ற பொழுது பின்னணியாகக் குழல் ஊதப்பட்டுள்ளதை!

ஆம்பல் அம் தீங்குழல் தெள்வின் பயிற்ற - *குறி.222*

ஆபெயர் கோவலர் ஆம்பலொடு அளைஇல் - *அகம்-214-12)*

ஆம்பற் குடிலால் பயிர் பயிர் எம் படப்பைக் *(கலி - 180-62)*

ஆம்பல் அம் குழலின் ஏங்கி *(நற் - 113-11)*

தீங்குழல் ஆம்பலின் இனிய இமிரும் *(ஐங்கு 215-4)*

எனும் அடிகளின் வாயிலாக அறியமுடிகின்றது.

கொன்றை குழல்

கொன்றைக்காயைக் காணும் ஆயர்கள் அதனைக் குழலாகக் கருதியுள்ளனர். கொன்றைக் குழல் என்பதைச் சங்க இலக்கியம் தருகின்றது. தீக்கடைக் கோலினைத் தீயில் காய்ச்சி கொன்றைக் காய்களில் துளையிட்டு அதில் பண்ணிசைத்துப் பாடியுள்ளனர். பொது மன்றங்களில் கொன்றைக் குழலை இசைத்துள்ளனர். மாலை நேரங்களிலும் கொன்றை குழலை இசைத்துள்ளனர். இச்செய்திகளைத் தரும் பாடல் வரிகள் பின்வருவதை,

துய்த்தித வாய, துகள் நிலம் பறக்க

கொன்றை அம்சினைக் குழற்பழம் கொழுதி *(அகம். 15-14-15)*

கொன்றைக் கொண்ட பெருவிறல் ஞெகிழிச்

செந்தீத் தோட்ட கருந்துளைக் குழலின்

இன்தீம் பாலை முனையின் குமிழின் *(பெரும்-178-180)*

ஓழுகிய கொன்றைத்தீம் குழல் முயற்சியர் *(கலி-106-3)*

கொன்றை அம் தீங்குழல் மன்று தோற இயம்ப *(நற் - 364-10)*
கொன்றை அம்குழல் பின்றைத் தூங்க *(அகம் - 54-11)*

இவ்வாறு கொன்றைக்குழல் இசைக்கப்பட்டுள்ளமையை அறியமுடிகின்றது.

கொம்பு

துளைக்கருவிகளில் ஒன்று கொம்பு. இக்கருவி மிகப்பழமை வாய்ந்த கருவியாகும். ஆதிமனிதன் குழல், யாழ், ஆகிய கருவிகளைப் பயன்படுத்துவதற்கு முன் பயன்பாட்டிலிருந்த கருவியாகக் கொம்பு திகழ்ந்திருக்க வேண்டும். கொம்பு பழங்குடிமக்கள் நாட்டுப்புற மக்கள் ஆகியோரிடத்துப் பயன்பாட்டிலிருந்த கருவியாகும்,

இக்கருவி விலங்குகளின் கொம்பு, எலும்பு ஆகியவற்றால் செய்யப்பட்டிருக்கின்றது. விலங்குகளின் கொம்பினால் செய்யப்பட்டதால் கொம்பு என்றும் நீண்டு வளைந்த தோற்றத்தை உடையதால் கோடு என்றும் அழைக்கப்படுகின்றது. கொம்பின் ஒரு முனையில் காற்றைச் செலுத்தவும் செலுத்திய காற்றை மறுமுனையால் வெளியேற்றவும் வகையுடையதாகக் கொம்பு அமைந்துள்ளது. கொம்பு சற்றே பெரிய வடிவமுடையது. அதனுள் செலுத்தப்படும் காற்று மிகுதியாய் இருந்தால்தான் ஒலி வெளியில் வரும். எனவே மூச்சைப் பிடித்துக் கொண்டு காற்றைச் செலுத்த வேண்டும். அவ்வாறு அதிக விசையுடன் செலுத்தப்படும் காற்றினால் வெளியேற்றப்படும் ஒலியில் இனிமைக்கோ மென்மைக்கோ வழியில்லை அவ்வொலி யானையின் பிளிறலையும் குதிரையின் கனைத்தலையும் ஒத்திருக்கவேண்டும். எனவே சுவற்றிற்குள் இசைப்பதைவிட திறந்தவெளியில் இசைப்பதே சாலச்சிறந்ததாகும்.

கொம்பு பழந்தமிழ் மக்களின் வாழ்வியலோடு ஒன்றிப் பல்வேறு நிகழ்வுகளுக்குப் பயன்படுத்தப்பட்டுள்ளது. குறிப்பாகப் போர்க்களத்தில், மங்கல நிகழ்வுகளில், அமங்கலச் சடங்குகளில், அறிவிப்பதற்கு என்று சிலவற்றைக் கூறலாம்.

கொம்பு சங்க இலக்கியத்தில் வயிர் என்றும் அழைக்கப்பட்டுள்ளது. காலத்தால் முந்திய வயிரம் பாய்ந்த மரத்தினால் செய்யப்பட்டதால் இப்பெயரைப் பெற்றதென்பதைத்

............திண்காழ்
வயிர் எழுந்து இசைப்ப (திரு. 119-120)

எனும் திருமுருகாற்றுப்படை அடிகள் எடுத்தியம்புவதை அறியமுடிகின்றது.

கானவர் தம் மனைவி முதலான சுற்றத்துடன் பல்வேறு இசைக்கருவிகளையும் சுமந்து கொண்டு புலம் பெயருவர். அக்கருவிகளின் ஓசை இடிமுழக்கமாய் இருக்கும். அக்கருவிகளில் ஒன்றாகக் கூறப்படுகின்ற கொம்பு கருமையான மயிற்பீலியைக் கொண்டு அழகுபடுத்தப்பட்டுள்ள செய்தியை,

மின்இரும் பீலி அணித் தழைக் கோட்டொடு (மலை - 5)

என்ற பாடல் வரியில் பதிவு செய்துள்ளதை அறியமுடிகின்றது.

கொம்பின் ஒலி ஒப்புமைப்பற்றிப் பேசும் சங்க இலக்கியம் அரண்மனை முற்றத்தில் பல்வேறு விலங்குகளும் பறவைகளும் இருக்கின்ற காட்சியினைத் தொகுத்துச் சொல்கின்ற போது மயில் அகவும் ஒலி போலுள்ளதாகக் குறிப்பிட்டுள்ளது. மேலும் சோலையில் உள்ள வளைந்த வாயையுடைய அன்றில் பறவை உயர்ந்த பெரிய பனையில் உள்ள உள் மடலில் இருந்து தன் பெடையை அழைக்கும் ஒலி ஊது கொம்பை ஒத்ததாகக் குறிப்பிட்டுள்ளதை,

கலி மயில் அகவும் வயிர் மருள்இன் இசை (நெடு.99)

ஏங்கு வயிர் இசைய கொடுவாய் அன்றில் (குறி.219)

என்ற பாடல் அடிகளின் வாயிலாக விளக்கப்பட்டுள்ளது. அன்றில் உயர்ந்த பகுதியில் நின்ற கத்துவதால் பரந்த வெளியில் எழுந்துள்ள பெரிய ஓசையாக இருந்துள்ளதென்பது தெளிவு.

தினைப்புனத்தைக் காக்கும் குறவர்கள் சிறிய கண்களை உடைய பன்றியின் பெருங்கூட்டத்தை விரட்ட இக்கொம்பை

ஊதியுள்ள செய்தியைச்,

> சிறுகட்பன்றிப் பெருநிறை கடிய
> முதைப் புனம் காவலர் நினைத்திருந்து ஊதும்
> கருங்கோட்டு ஓசையொடு ஒருங்கு வந்து இசைக்கும்
>
> (அகம் - 94-9-11)

எனும் அடிகள் இயம்புகின்றன.

குரவை கூத்தாடும் ஆடுகளத்தில் பயன்படுத்தப்படும் கருவிகளுள் கொம்பும் முக்கிய இடத்தை வகித்திருக்கின்றது என்பதை,

> வயிர் இடைப்பட்ட தெள்விளி இயம்ப
> வண்டற் பாவை உண்துறைத் தரீஇ
> திருநுதல் மகளிர் குரவை அயரும் (அகம் - 378-8)

எனும் அகப்பாடல் அடிகளால் அறியமுடிகின்றது.

வீரர்களை உற்சாகப்படுத்தும் போர்க்கள கருவிகளில் கொம்பும் இன்றியமையாததாக விளங்கியுள்ளது. இதனை,

> வயிங்கு கதிர் வயிரொடு வலம்புரி ஆர்ப்ப (பதிற்று.67-6)

எனும் குறிப்பினால் அறியலாம்.

முருகனுக்கு வழிபாடு நடத்தும் குறமக்கள் அவ்வழிபாட்டில் வேறுபல கருவிகளோடு கொம்பையும் ஊதியுள்ள செய்தியைக்,

> கோடு வாய்வைத்து கொடு மணி இயக்கி (திரு. 246)

நீண்ட கால்களையுடை நாரைகள் தண்ணிமையின் ஒலிகேட்டு அஞ்சி, செறிந்த மூட்டுவாயையுடைய கொம்பைப்போல் ஒலிக்கும் என்பதைத்,

> ....தடந்தாள் நாரை
> செறிபடை வயிரின் பிளிற்றி, (அகம் 40: 14-15)

இவ்வரிகள் விளக்குகின்றன.

சங்க இலக்கியத்தில் கோடு, வயிர் என இருவேறு பெயர்களால் அழைக்கப்பட்டுள்ள கொம்பு அழகாக ஒப்பனை செய்யப்பட்டிருக்கின்றது. மயில், அன்றில் ஆகியவற்றின் ஒலி போன்றிருந்திருக்கிறது. பழமையான மரத்தால் யாக்கப்பட்டுள்ளது. வயிர் என்னும் கருவியை இசைப்பவர் வயிரியர் என்று அழைக்கப்பட்டுள்ளனர். பன்றி ஓட்ட, போர்க்களத்தில், முருக வழிபாட்டில் விறலியர் ஆடும் குரவைக் கூத்தில் எனக் கொம்பின் பயன்பாடு பரந்துபட்டதாய் இருந்திருக்கின்றது.

சிறுதெய்வ வழிபாட்டிலும் நாட்டுப்புற நிகழ்வுகளிலும் இன்றைக்கும் கொம்பு இசைக்கப்பட்டு வருகின்றது. தமிழர் வாழ்வியலில் மறைக்கப்பட்ட இக்கொம்பு இன்றைக்கும் கேரளநாட்டில் இசைக்கப்படும் பஞ்சவாத்தியத்தில் ஒன்றாக இடம் பெற்றுள்ளது குறிப்பிடத்தக்கதாகும்.

கண்விடுதூம்பு

சங்க காலத்தில் பயன்பாட்டிலிருந்த துளைக்கருவிகளில் ஒன்று கண்விடுதூம்பு அல்லது தூம்பு எனும் கருவி. இக்கருவி பெருவங்கியம் என்று அழைக்கப்படுகின்றது. நீண்ட துளையுடைய குழாய் போன்றது என்பதால் தூம்பு என்று அழைக்கப்பட்டுள்ளது. துளையுடையது என்பதைச் சங்க இலக்கியம் தூம்பு என்று அழைத்துள்ளது. யானையின் துதிக்கை.

ஓங்குது வேழத்துத் தூம்புடைத் திறள்கால் *(ஐங். 16:1)*

காம்பு கண்டன்ன தூம்புடை, வேழத்து *(ஐங்.20:3)*

தூம்புடைத் தடக் கை வாயொடு துமிந்து *(புறம் -19-10)*

ஆம்பல் தண்டு,

ஏந்து எழில் மலர தூம்புடைத் திரள்கால் *(குறு - 178-2)*

நீர்வளர் ஆம்பல் தூம்புடைத் திரள் கால் *(நற்-6:1)*

வெண் கூதாளம்,

வெண் கூதாளத்து அம்தூம்பு புதுமலர் *(குறு. 282:6)*

மூங்கிற் குழாய்

தூம்பு அகம் பழுனிய தீம்பிழிமாந்தி *(பதிற்று - 81:21)*

துளையுடைய பாம்பின் பதிவர்

கடுவொடு ஒடுங்கிய தூம்புடை வால் எயிற்று *(திரு - 148)*

எனத் துளையுடைய பொருள்கள் யாவும் தூம்பு என அழைக்கப்பட்டுள்ளன. துளையுடைய மூங்கில் தூம்பு (வீ.ப.கா. சுந்தரம், தமிழிசைக் கலைக்களஞ்சியம், இ.தொ. ப.25) மேகத்தை துளைத்தக் கொண்டு மழைப் பொழிவதைத் தூம்பு என்று குறிப்பிடுகின்றது சங்க இலக்கியம்

"கார் தூம்பு அறற்றது வான் என ஒருசார் *(பரி-7:30)*

எனவே தூம்பு எனும் கருவி உட்கூடானதாகவும் மேலே துளையிடப்பட்டதாகவும் இருந்திருக்கின்றது.

சங்க இக்கியத்தில் தூம்பென்னும் கருவிகளின் பயன்பாடு பலவாறாக இருந்திருக்கின்றது.

மலைப்பக்கத்தில் எழும் இயற்கை ஒலியில் கலைமான் கூட்டத்தினால் எழும் தாழ்ந்த ஒலி தூம்பினொலியை ஒத்துள்ளது. தும்பிவண்டின் இமிர்தல் ஒலியும் தூம்பின் ஒலிபோல் அமைந்துள்ளது. தவிர யானையின் பிளிறல் ஒலியும் தூம்பிசைப் போல இருந்துள்ளது. இவ்வொலி இசைச் சுரத்தில் இளி எனும் சுரத்தைப் போன்று நீள ஒலித்துள்ள செய்தியை அறியமுடிகின்றது.

கணக்கலை இடுக்கும் கடுங்குரல் தூம்பொடு *(அகம் 82:5)*

ஒருதிறம் பண்ஆர் தும்பி பரந்து இசை ஊத *(பரி.17-12)*

விரல் செறி தூம்பின் விடுதுளைக்கு ஏற்ப

முரல் குரற் தும்பி அவிர் மலர் ஊத *(பரி. 21.31-34)*

கண்இடை விடுத்த களிற்று உயிர்த் தூம்பின்

இளிப்பயிர் இமிடும் குறும் பரம் தூம்பொடு *(மலை - 6-7)*

என்ற பாடல் வரிகளின் வாயிலாக மேற்குறிப்பிட்டுள்ளச் செய்திகள் புலனாவதை அறியமுடிகின்றது.

கோடியர்கள் மன்னரைப் புகழ்ந்து பாடும்போது உடன் தூம்பை இசைத்துள்ளனர். பாடும்போது குழுஇசையில் இத்தூம்பு பயன்படுத்தப்பட்டள்ளது. இச்செய்தியைப் பின்வரும் பாடலடிகள் விளக்குவதை,

ஓய்களி றெடுத்த நோயுடை நெடுங்கை

தொகுசாற் கோடியர் தூம்பின் உயிர்க்கும் *(அகம். 11-8-9)*

கண்விடுதூம்பின் களிற்று உயிர் தொடுமின் *(புறம் 15-16)*

விறலியர் தமது கூத்தைத் தொடங்கும் முன் கடவுளை வாழ்த்திப் பாடியுள்ளனர். அப்பாடலுக்கு மத்தளத்தோடு தூம்பும் பக்க இசையாக அமைந்துள்ளதைக்,

கழைவளர் தூம்பின் கண்இடம் இமிர *(மலை - 533)*

பாண்மரபினர் தம் இசை நிகழ்ச்சிக்காகப் பல ஊர்களுக்குச் செல்லும்போது தூம்பையும் சுமந்து சென்றுள்ள செய்தியைக்,

கண்ணறுத் தியற்றிய தூம்பொடு சுருக்கி *(பதிற்று. 41-4)*

எனும் பதிற்றுப்பத்துப் பாடல் வரியின் வாயிலாக புலனாகின்றது.

கூத்தர்கள் கூத்து நிகழ்த்தும்போது யானையின் பிளிறல் ஒலிபோன்ற தூம்பையும் பிறகருவிகளோடு இசைத்து ஆடியுள்ளனர். இதனைச்,

செறிநடைப் பிடியொடு களிறுபுணர்ந் தென்னக்
குறுநெடுந் தூம்பொடு முடிவுப்புணர்ந் திசைப்ப

(அகம் 301-16-17)

யானையின் துதிக்கையைப் போன்று துளையுடையது; நீண்டது. ஆடல், பாடல், ஆகிய நிகழ்வுகளுக்குப்

பயன்பட்டுள்ளது. தூம்பு மந்தமான ஒரே ஒலியுடையதாகக் குறிப்பிடப்பட்டுள்ளது. தும்பிக்கையின் ஒலி, யானையின் ஒலி ஆகியவற்றிற்குத் தூம்பின் ஒலி ஒப்புமையாகப் பேசப்பட்டஉள்ளது, தூம்பு சங்க இலக்கிய வாழ்வியலோடும் இயற்கையோடும் தொடர்புபடுத்திப் சேப்பட்டுள்ளமையை அறியமுடிகின்றது.

குழல், கொம்பு, தூம்பு என்னும் மூன்று துளைக்கருவிகளும், ஆடல், பாடல் இரண்டிற்கும் பக்க இசையாகப் பயன்படுத்தப்பட்டுள்ளன. ஊரின் நிகழ்வுகளுக்கும் போர்க்களத்திலும் இவற்றின் பங்கு குறிப்பிடத்தக்கதாய் அமைந்துள்ளதை அறியமுடிகின்றது.

●

5. சங்க இலக்கியங்களில் இசைக்கருவிகள்

முன்னுரை

சங்க இலக்கியங்களில் காதலும் வீரமும் இரு கண்களாகப் போற்றப்படுகின்றன. ஆயகலைகள் அறுபத்து நான்கினுள் ஒன்று இசைக்கலை. உயிர்களை இசைய வைக்கும் தன்மை கொண்டதால் இசை எனப்பட்டது. இசைக்கு மயங்காத உயிர்களே இல்லை. ஓரறிவு முதல் ஆறறிவு வரை உள்ள உயிரினங்கள் இசைக்கு மயங்கியதை இலக்கியங்கள் எடுத்துரைக்கின்றன. பண்டைத் தமிழரின் வாழ்வியலை வெளிப்படுத்தும் இவ்விலக்கியத்தில் இசை பற்றிய செய்திகள் மிகுந்து காணப்படுகின்றன. மிடற்றிசையோடு, தோல்கருவி, துளைக்கருவி, நரம்புக்கருவி, கஞ்சக்கருவி போன்ற இசைக்கருவிகளை இசைப்பதிலும், வல்லவர்களாகச் சங்ககால மக்கள் திகழ்ந்தனர். அக்கால மக்கள் பயன்படுத்திய இசைக்கருவிகள் பல்வேறு வகைகள் இருந்தாலும் துளைக் கருவிகளின் சிறப்புகளை எடுத்து இசைப்பதே இப்பகுதியின் நோக்கமாகும்.

இசைக்கலை

இசை என்ற சொல் வசப்படுத்துதல், இயக்குதல், பொருத்துதல், உடன்படுதல், நரம்புகளைக் குறித்தல், ஓசை வகைகள் (ஏந்திசை, தூங்கிசை, ஒழுகிசை, துள்ளலிசை) என்னும் பல பொருள்களைத் தருகின்றது. இச்சொற்கள் அனைத்துமே ஒன்றுக்கொன்று தொடர்புடையனவாய் விளங்கக் காணமுடிகின்றது.

இசைக்கலையின் வகை

இசைக்கலை பண்ணும் முறையால் பாகுபாட்டை உடையது. அவையாவன மிடற்றிசை, நரம்பிசை, காற்றுக் கருவியிசை அல்லது துளைக்கருவியிசை, தோற்கருவியிசை,

கஞ்சக்கருவியிசை குரலினால் பாடும் இசை மிடற்றிசை, யாழ் போன்ற நரம்பினால் பண்ணுதல் நரம்பிசை, குழலினாலும் பிற துளைக் கருவியினால் பண்ணுதல் துளைக் கருவியிசை, தாளக்கொட்டை முழக்கிப் பண்ணுதல் உடைய தோலால் போர்த்தப்பட்டக் கருவிகள் தோற்கருவி அல்லது தாளக்கருவிகள் எனப்பட்டன. பிறவற்றினால் இசைக்கப்படுவன (குழிதாளம், சிப்லா, தாளம்) கஞ்சக்கருவியிசை என்றும் பாகுபடுத்தப்பட்டன.

துளைக்கருவிகள்

சங்ககால மனிதர்களிடையே வழங்கி வந்துள்ள பயன்பாட்டிற்குரிய சில இசைக்கருவிகள் சங்க இலக்கியத்தில் பதிவு பெற்றுள்ளன. அவற்றுள் துளைக்கருவிகள் எனும் பிரிவில் சங்கு, குழல், கொம்பு, காம்பு எனும் நான்கு துளைக்கருவிகளைப் பற்றிய சான்றுகள் பதிவு பெற்றுள்ளன.

இன்றைக்குச் சங்கு எனும் கருவி கஞ்சக்கருவி வகையில் இடம் பெற்றுள்ளது. ஆனால் சங்க இலக்கிய காலத்தில் பயன்பாட்டிலிருந்த துளைக்கருவிகளில் சங்கு முதன்மையான இடம் வகிப்பதால் துளைக்கருவிகளில் முதலிடத்தில் வைக்கப்பட்டுள்ளது. இரண்டாவதாகக் குழலும், மூன்றாம் நான்காம் நிலையில் கொம்பு மற்றும் கண்விடு தூம்பும் இடம் பெறுகின்றன.

சங்கு

சங்க காலத்தில் சங்கு பல்வேறு பயன்பாடுகளைப் பெற்றுத் திகழ்ந்திருக்கின்றது. மனிதன் தன்னுடைய இருப்பைத் தெரிவிக்கப் பயன்படுத்திய சங்கு பிற்காலத்தில் வேறுபல நிகழ்ச்சிகளுக்கும் பயன்படுத்தப்பட்டு வந்துள்ளன.

சங்கின் ஒலி மிக நீண்ட தொலைவிற்குக் கேட்கும் தன்மையுடையது. எனவே தான் காலங்காலமாகச் சங்கு பயன்படுத்தப்பட்டு வந்துள்ளது. இன்றைக்குத் திருமாலின் ஆயுதமாகக் கருதப்படும் ஒரு கருவியாகத் திகழ்கின்றது. வைணவத் தலங்களில் பூசைக் காலங்களில்

பயன்படுத்தப்படுகின்றது. சங்கு ஓர் இசைக்கருவியாகக் கருதப்பட்ட நிலையில் அதில் தாளச் சொற்களை முழக்கிப் பயன்படுத்தியுள்ளனர். *(இரா.கலைவாணி, சங்க இலக்கியத்தில் இசை, ப.214)*

சங்க இலக்கியத்தில் சங்கு என்ற கருவி, கோடு, வலம்புரி, வளை என்றெல்லாம் பெயர்பெற்றுள்ளது. பொதுவாக வலப்பக்கத்தோடு தொடர்புடையப் பொருட்கள் சிறப்பிடம் பெறுவதுண்டு. சங்கிலும் வலம்புரிச் சங்கு சிறப்புடையதாகச் சங்க காலத்திலேயே கருதப்பட்டுள்ளது. இதனைப் பெரும்பாணாற்றுப்படை வரியின் வாயிலாக வெளிப்படுவதை,

"வலம்புரி அன்னவசை நீங்கு சிறப்பின்-*எப.35*" என்று குறிப்பிடுவதின் வாயிலாக அறியமுடிகின்றது. சங்கு வடிவத்தில் தூக்கணாக்குருவியின் கூடு போன்று இருக்கும் என்பதைத்

"தூக்கணம் குரீஇத் தூங்குகூடு ஏய்ப்ப
ஒருசிறைக் கொளீஇய திரிவாய் வலம்புரி" *(புறம், 225:11-12)*

என்ற வரிகளின் வாயிலாகச் சுட்டப்பட்டுள்ளது. சங்கின் ஒலி பாணர்கள் பாடும் மெல்லிசை போன்று இனிமையுடையது என்று நற்றிணை குறிப்பிடுகின்றன.

"விருந்தின் பாணர் விளர் இசை கடுப்ப
வலம்புரி வான்கோடு நரலும் இலங்கு நீர்த்" *(நற்.172:7-8)*

என்ற வரிகளின் வாயிலாக சங்குகள் இசைக்கருவியாக மட்டுமில்லாமல் உயிரோடு இருக்கும் போது ஒலித்துள்ள செய்தியைத்,

"தாழடும்பு மலைந்து புரிவளை ஞரல" *(பதிற்று. 30-6)*

எனும் பாடல் வரியினால் அறியமுடிகின்றது. சங்குகள் அடம்புக் கொடியில் சூழப்பட்டு கிடந்துள்ளது என்பதை அறியமுடிகின்றது. காலை, மாலை எனும் இருபொழுதுகளையும் உணர்த்தும் கருவியாக முரசோடு இணைந்து ஒலித்துள்ளன. இதனை,

“இரங்கு குரல் முரசமொடு வலம்புரி ஆர்ப்ப
இரவுப் புறங்கண்ட காலைத் தோன்றி” *(புறம். 397:5-6)*

என்ற புறநானூற்று வரிகளின் வாயிலாகவும்,

“முரசு முதல் கொளீஇயமாலை விளக்கின்
வெண்கோடு இயம்ப நுண்பனி அரும்ப” *(நற்.58:6-7)*

என்ற பாடல் வரிகளின் வாயிலாக அறியமுடிகின்றது.

திருமாலின் சின்னம் சங்கு

சங்கு இலக்கியத்தில் சங்கு திருமாலுக்குரிய திருச்சின்னமாக விளங்கியுள்ள நிலையைக் காணமுடிகின்றது. திருமால் சங்கு ஒலிக்கும் கடல் நீரை ஆடையாகக் கொண்டவன்; திருமால், சங்கு, சக்கரம் ஒளிரும் தோற்றம் உடையவன். திருமாலின் மொழி சங்கு என்னும் நான்கு முழக்கங்களையும் ஒத்தத் தெய்வீகத் தன்மை பொருந்தியது எனும் செய்திகளெல்லாம் சங்க இலக்கியத்தில் பரந்துள்ளதை,

“வளை நரலம் பௌவம் உடுக்கை ஆக” *(நற்.க.வா.2)*
“வலம்புரி வய நேயமியவை” *(பரி.15:159)*

“வலம்புரி வாய்மொழி அதிர்வு வான் முழக்குச் செல்
அவை நான்கும் உறமும் அருள் செறல் வயின்மொழி”

(பரி.13:44-45)

என்ற பரிபாடல் வரிகளின் வாயிலாகச் சங்கின் சிறப்பினை அறியமுடிகின்றது.

போர்ப்பாசறையில் சங்கு

சங்க இலக்கிய காலம் வீரயுகக் காலம் என்பதால் போர்க்களத்தில் இசைக்கருவிகளின் பயன்பாடு குறிப்பிடத்தக்கதாய் உள்ளது. போர்ப்படைகளில் குதிரைப்படையின் ஒலி போல சங்கு ஒலித்திருக்கின்றது. போர்ப்பசறையில் ஓயாது சங்கு ஒலித்திருக்கின்றது. போர்ப்படையில் ஓயாது சங்கு ஒலித்துள்ளது. வெற்றிபெற்ற

பின் அவ்வெற்றியை அறிவிக்கவும் சங்கு கொம்போடு சேர்ந்து ஒலித்தன என்ற இச்செய்திகளை,

“வளை நரல வயிர் ஆர்ப்ப” *(மதுரை 185)*

“கோடு முழங்கு இமிழிசை எடுப்பும்” *(பதிற்றுப்பத்து 50:25)*

“வயங்கு கதிர் வயிரொடு வலம்புரி ஆர்ப்ப”

(பதிற்றுப்பத்து 67-6)

“வயிரும் வளையும் ஆர்ப்ப வலனேர்பு” *((முல்.91)*

என்ற சங்க இலக்கிய வரிகளின் வாயிலாக சுட்டப்பட்டுள்ளதை அறியமுடிகின்றது.

குழல்

மனிதன் ஊது கருவியாகிய குழலினை மூங்கிலில் ஓரிரு துளையிட்டு ஊதினான். இதில் ஓரிரு சுரங்களை மட்டும் தொடக்கக் காலத்தில் வாசிக்க முடிந்தது. பின்னர் துளைகளை அதிகப்படுத்தி வாசிக்கத் தொடங்கினான். பின் படிப்படியாக வளர்ந்து ஏழு சுரங்களை வாசித்தது மட்டுமின்றி இராகங்களையும் வாசித்தான். துளைகளைப் பாதி மூடியும், பாதி திறந்தும் ஊதியும் பல்வேறு காரணங்களை வெளிப்படத்திய திறன் பாராட்டிற்குரியதாகும்.

ஊது கருவிகள் என்ற நிலையில் முதலில் தோன்றியது சங்காகும். அதைத் தொடர்ந்து குழல் தோற்றம் பெற்றது. குழலும் யாழும் இணைந்து பல்வேறு இன்னியங்கள் தோன்ற இசை வளர்ச்சிப் பெற்றது. சங்க இலக்கியங்களில் குழல் பற்றிய குறிப்புகள் காணக்கிடைக்கின்றன. (சங்க இலக்கியத்தில் இசை, ப.216) இசையியல் ஆய்வாளர்கள் குழலினை நான்கு வகைகளாகப் பகுத்துள்ளனர். அவை அடுக்குக் குழல்கள், விசில் குழல்கள், மூங்கினால் ஊதப்பெறும் குழல்கள், பக்கவாட்டில் ஊதப்பெறும் குழல்கள் என்பவாகும். (சு.தமிழ்வேலு, நாலாயிர திவ்வியப் பிரபந்தத்தில் குழல், ப.266)

குழலின் வகைகள்

சங்க இலக்கியத்தில் ஆம்பல் குழல், கொன்றைக் குழல் எனும் இருவகையான குழல்கள் பதிவாகியுள்ளன.

ஆம்பல் குழல்

முல்லை நிலத்தின் பல இடங்களிலும், ஆம்பல் என்னும் பண்ணை இனிமையான குழலில் பலமுறை இசைப்பர். பசுக்களைக் கட்டுவதற்கு ஆயர்கள் குழலில் பண்ணை இசைத்துள்ளனர். குறியிடத்திற்கு வருகின்ற பொழுது குழலில் ஆம்பற் பண்ணை இசைக்கச் சொல்லி தலைவி குறிப்பிட்டுள்ளாள் என்பதை அறியமுடிகின்றது. ஆம்பற் குழலில் ஊதுகின்ற இசை தலைவியைக் கலக்கமுறச் செய்துள்ளது. தோற்கருவிகளை இசைக்கின்ற பொழுது பின்னனியாகக் குழல் ஊதப்பட்டுள்ளது என்பதை,

“ஆம்பல் அம் தீங்கும் தென்வின் பயிற்ற” *(குறி.222)*

“ஆபெயர்க் கோவலர் ஆம்பலொடு அளைஇ” *(அகம்.214:12)*

“ஆம்பற் குழலால் பயிர் பயிர் எம் படப்பைக்” *(கலி.106:62)*

“ஆம்பல் அம் குழலின் ஏங்கி” *(நற்.113:11)*

“தீங்குழல் ஆம்பலின் இனிய இமிரும்” *(ஐங்.215:4)*

என்ற சங்க இலக்கிய வரிகள் சுட்டுவதை அறியமுடிகின்றது.

கொன்றைக் குழல்

கொன்றைக் காயைக் காணும் ஆயர்கள் அதனைக் குழலாகக் கருதியுள்ளனர். கொன்றைக் குழல் என்பது, கொன்றைக் காயைக் குடைந்து செய்யும் குழல் என்பதைச் சங்க இலக்கியம் தருகின்றது. தீக்கடைக் கோலினைத் தீயில் காய்ச்சி கொன்றகைக் காய்களில் துளையிட்டு அதில் பன்னிசைத்துப் பாடியுள்ளனர். பொது மன்றங்களில் கொன்றகைக் குழலை இசைத்துள்ளனர்.

குழலும், காலமும்

மாலை வேளையில் ஆயர்தம் ஆநிரைகளோடு வீடு திரும்புகின்றனர். மாட்டின் கழுத்தில் கட்டித் தொங்கவிடப்பட்டிருக்கும். இனிமையான மணியின் ஒலியும் வளைந்த கோலையுடைய கோவலர் தம் புல்லாங்குழலின் ஒலியும் இணைந்து ஒலிக்கும். கோவலர் வீடு திரும்புதலால் மாலை என்ற செய்தியும் வீடு திரும்பும் போது குழலை இசைப்பர் என்ற செய்தியும் பெறப்படுவதை,

"மாதர்வை நல்ஆன் மாகஇல் தெண்மணி
கொடுங்கோற் கோவலர் குழலோடு ஒன்றி" (நற்.69:7-8)

என்ற வரிகளின் வாயிலாக தலைவிக்கு மாலைப் பொழுது வருத்தத்தைத் தரக்கூடியது. அவ்வேளையில் கோவலர்களின் குழலிசை கேட்கின்றது. மாலை நேரத்தைக் குறிப்பிடும்போது, கோவலரும் குழல் இசைக்கத் தொடங்கிவிட்டனர். மாலைப் பொழுது வந்துவிட்டது என்ற சங்க இலக்கியத்தில் பல சான்றுகள் கிடைக்கின்றன.

முருகனும் குழலும்

குழல் திருமாலுடன் தொடர்புடையதாகக் கருதப்படும். சங்க இலக்கியத்தில் குழல் தொடர்புடையதாக எங்கும் பதிவு பெறவில்லை. மாறாக முருகன் குழலை இசைப்பதாகக் குறிப்புக் கிடைத்துள்ளதைக்

"குழலன் கோட்டன் குறும் பல்லியத்தான்" (திரு. 209)

எனும் அடிச் சுட்டுகின்றது. (இரா.கலைவாணி, சங்க இலக்கியத்தில் இசை, பக்.218-219)

குழலும் இசை வாணர்களும்

குழல் கோவலர்களோடு தொடர்புடையதாகப் பல சான்றுகள் கிட்டியிருந்தாலும், சில இடங்களில் பயிற்சி பெற்ற இசை வாணர்களும், குழலை இசைத்துள்ளனர். வையைப் பெரு வெள்ளத்தைக் கண்டு களிக்கும் சூழலில் ஆட்டம்

பாட்டம் கொண்டாட்டம் நிகழ்ந்திருக்கின்றது. அவ்விடத்தில் இசைக்கப்பட்டுள்ள பல்வேறு இசைக்கருவிகளில் ஒன்று குழல் என்பதை,

"ஊது சீர்த் தீம் குழல் இயம்பத் மலர்மிசை" *(பரி.22:40)*

என்ற பரிபாடல் அடி குறிப்பிடுகின்றது என்பதை அறியமுடிகின்றது.

குழலின் இனிமை

குழல் ஒரு மென்மைக்கருவி, அதன் இசை இயல்பிலேயே இனிமையுடையதாக இருக்கும். வையைக் கரையில் இசைக்கப்பட்ட குழலின் இனிய ஒலி அனைவரையும் கவர்ந்தது. இலக்கணம் அறியாக் கோவலர்கள் ஊதிய இனிய குழலைக் கேட்டு மான் மயங்கியுள்ளது. இதனைச் சங்கப் பாடல்கள் அழகாய் குறிப்பிடுவதை,

"ஊதுசீர்த் தீம்குழல் இயம்பத் மலர் ழிசை" *(பரி.22-40)*

பல்ஆன் கோவலர் கல்லாது ஊதும்
சிறுவெதிர்ஞ் தீம்குழற் புலம்புகொள் தெள்விளி
மெல்கிடு மடமரை ஓர்க்கும் அத்தம் *(அகம் 399:11-12-15)*

என்ற பாடல் வரிகளின் வாயிலாகக் குழலின் இனிமையை அறியமுடிகின்றது.

இசைக்கருவிகளையே வாசிப்பர். மாறாக உதியஞ்சேரல் நிகழ்த்திய போரில் வாத்தியக்காரர்கள் ஆம்பலின் அழகிய குழலை ஊதினர் என்னும் குறிப்பினை,

"இம்மென் பெருங்களத்து இயவர் ஊதும்
ஆம்பல் அம் குழலின்" *(நற்.113:10-11)*

என்ற நற்றிணை வரிகளின் வாயிலாக அறியமுடிகின்றது. போரில் ஈடுபட்டு விழுப்புண்பட்டு நோய்வாய்ப் பட்ட கணவனைப் பேயிடமிருந்து காப்பதற்காகத் தலைவி சில சடங்குகளைச் செய்வதோடு ஆயம்பலங்குழல் ஊதவும் செய்வார். காரணம் கணவனைக் கண்ணும் கருத்துமாய்க் காக்க

அவன் உறங்காமல் இருக்க வேண்டும். இசையைக் கேட்டால் காயத்தின் வலி தெரியாமல் இருக்கும் என்பதற்காகவும் இசைக்கப் பட்டிருக்கலாம் என்பதை,

"ஐயவி சிதறி ஆம்பல் ஊதி" *(புறம் 281-4)*

மேற்கண்ட அடி குழலிசை மருந்தாகச் செயல்பட்டிருந்தமையைப் புலப்படுத்துகின்றது என்பதை அறியமுடிகின்றது.

தொகுப்புரை

இசைக்கலை பற்றியும் இசைக்கலை வகைகள் பற்றியும் இக்கட்டுரையின் வாயிலாக அறியமுடிகின்றது. துளைக் கருவிகளின் வகைகளை அறிந்து கொள்ள முடிகின்றது. துளைக்கருவிகளில் சங்கின் சிறப்பினையும், குழல் என்ற இசைக் கருவியின் சிறப்பினையும் அறியமுடிகின்றது. இசை மக்களை மட்டுமல்ல மானையும் மயங்கச் செய்தது என்பதையும் மக்களுக்கு மருந்தாகவும் இசை இருந்துள்ளது என்பதையும் போர்க்களத்தில் இந்தத் துளைக்கருவிகள் பயனுடையதாக இருந்தன.

6. புறநானூறு காட்டும் அறம்

முன்னுரை

உலகம் போற்றும் உலக வாழ்வியல் நெறிகளை விழுமியங்களாகப் பின்பற்றிச் செம்மாந்த வாழ்க்கை வாழ்ந்தவர்கள் சங்க காலத் தமிழர்கள் என்பதை சங்க இலக்கியங்கள் உணர்த்துகின்றன. பண்டைய தமிழ் நாகரிகம் மொழிச் சிறப்பு முதலானவற்றை அறிய விரும்புவோர்க்குச் சான்றாதாரமாக செய்தி ஊற்றாக அமைவது சங்க இலக்கியம், சங்க இலக்கியத்தின் எந்த நூலைப் பிரித்துப் பிரதிபலிப்பையும் காணமுடிகின்றது. சங்க இலக்கியங்கள் கற்பனையும் கனவும் பொய்யும் புனைவும் அற்ற தமிழ்ச் சமுதாயத்தை உள்ளபடியே காட்டும் படிமக் கொண்ட சங்க இலக்கியமாகிய புறநானூற்றில் இடம் பெறுகின்ற அறக்கருத்துக்களை எடுத்துரைப்பதே இப்பகுதியின் நோக்கமாகும்.

அறம் விளக்கம்

இல்லறம், துறவறம் என இரு வகையில் இல்லறம் கொடுத்தலு மளித்தலும் கோடலும், இன்மையும், ஒழுக்கம் புணர்தல், புணர்ந்தோர்ப் பேணல் துறவும், அடக்கமும், தூய்மையும் தவமும், அறவினை யோம்பலும் மறவினை விறவுமாம் என்று வீரசோழியம் குறிப்பிடுகின்றது.

அறம்

தருமம், புண்ணியம், அறச்சாலை, தருமதேவதை, யமன், தகுதியானது, சமயம், ஞானம், நோன்பு, இதம், இன்பம், தீப்பயன் உண்டாக்கும் சொல், என்று மெய்யப்பன் தமிழ் அகராதி பொருள் தருகின்றது. (மெய்யப்பன் தமிழ் அகராதி, பக்கம்77)

அறம் முப்பத்திரண்டு

ஆதலார்க்குச் சாலை, ஓதுவார்க்கு உணவு, அறுசமயத்தோர்க்குண்டி, பசுவிற்கு வாயுறை, சிறைச்சோறு,

ஐயம், தின்பண்டம், நல்கல், அறவைச்சோறு, மகப்பெறுவித்தல், மகவு வளர்த்தல், அறவைப் பிணச் சுட்டல், அறவைத் தூரியம், கண்ணம், நோய், மருந்து, வண்ணார், நாவிதர், கண்ணாடி, காதோலை, கண்மருந்து, தலைக்கெண்ணெய், பெண்போகம், பிறந்துயர்காத்தல், தண்ணீர்பந்தர், மடம், தடம், கா. ஆவுறிஞ்சுதறி, விலங்கிற்குணவு, ஏறுவிடுத்தல், விலைகொடுத்துயிர்காத்தல், கண்ணிகா தானம், முதலியவனவாம் எனக் காட்டுகின்றது. (ஆ. சிங்காரவேலு முதலியார், அபிதான சிந்தாமணி, செம்பதிப்பு, தமிழ்க் களஞ்சியம்.)

புறநானூற்றில் போர் அறம்

சங்க காலத்தில் போர்கள் மிகுதியாக நடைபெற்றன. அப்போர்கள் பல்வேறு காரணங்களாக நடைபெற்றன. எனினும் அப்போரை முன்னின்று நடத்திய அரசர்கள் ஒரு சில போர் நெறியைக் கடைபிடித்தனர். ஒரு வேந்தன் பகை நாட்டின் மீது போர் தொடுக்கும் முன் அந்நாட்டிலுள்ள ஆநிரைகள் போன்ற அஃறிணை உயிரினங்களையும் பார்ப்பனர்கள், பெண்டிர்கள், பிணியுடையவர்கள் புதல்வர்களைப் பெறாதவர்கள் போன்ற மாந்தர்களையும் பாதுகாப்பது மன்னரின் மரபாக இருந்தது என்பதை,

"ஆவு மானியற் பார்பன மாக்களும்
பெண்டிரும் பிணியுடை யிரும் பேணிந்
தென்புல வாழ்நர்க் கருங்கட னிருக்கும்
பொன்போற் புதல்வரப் பெறா அதீரும்
எம்மம்பு கடிவிடுது நும்மரண் சேர்மினென"

என்ற பாடலடிகள் புலப்படுத்தும். இவ்வாறு போர் அறநெறிப்படி போர்புரிந்த பாண்டியன் பல்யாக சாலை முதுகுடுமிட்பெருவழுதியை நெட்டிமையார் பாராட்டியுள்ளமை குறிப்பிடத்தோனையும், மகப்பெறாதோனையும், மயிற்குலந்தோனையும், அடிபிற்கிட்போனையும் பெண்பெயரோனையும் பிறவும் இத்தன்மையுடையோரையுங்

கொல்லாது விடுதல்" என்ற நச்சினார்க்கினியரின் அறக்கருத்தும் ஏற்புடையதாக அறியமுடிகின்றது.

ஐம்பெரும் பூங்களுக்கு ஒப்பானவன் சேரமான் பெருஞ்சோற்று உதியன் சேரலாதன். புது வருவாய் நிறைந்த பல ஊர்களை உடைய நல்ல நாட்டின் அரசன். வானத்தை எல்லையாகக் கொண்டவன். நல்ல குதிரைப் படைகளை உடைய பாண்டவர்களை பகைத்துக் கொண்டு அவர்களுடைய நாடுகளை கையகப்படுத்தியவர்களும் பொன்னால் ஆகிய தும்பைப் பூக்கள் அணிந்தவருமான நூறுபேராகிய துரியோதனன் முதலாக கௌரவர் போரிலே ஈடுபட்டு களத்தில் அழிந்தனர். அந்தப் போர் முடியும்வரை இருபெரும் படைகளுக்கு பெருஞ்சேராராகிய உணவே சேரமான் பெருஞ்சோற்று உதியன் சேரலாதன் அளவில்லாது கொடுத்தான் என்று முரஞ்சியூர் முடிநாகராயர் குறிப்பிடுவதை பின்வரும் புறநானூற்றுப் பாடல் மெய்பித்துக் காட்டுவதை,

"அலங்கு உளைப்புரவி ஐவரொடு சினைஇ
நிலம் தலைக் கொண்ட பொலம் பூந்தும்பை
ஈர் ஐம்பதின்மரும் பொருது, களத்து ஒழிய
பெருஞ் சோற்று மிகு பதம் வரையாது கொடுத்தோய்

(புறநானூறு, பாடல் எண்.2 வரிகள் 13-16)

என்ற புறநானூற்றுப் பாடலின் வாயிலாக இருபெரும் படைகளுக்கும் உணவாகிய பெருஞ்சோற்றைக் கொடுத்து அறத்தினை அறியமுடிகிறது. பாண்டியன் கருங்கை ஒள்வாட் பெரும் பெயர் வழுதியின் அறம்

முழு மதியின் வடிவத்தைப் போலும் விளங்குகின்ற உயர்ந்த வெண்கொற்றக் கொடையை உடையவன். அது நிலைத்த கடற்பரப்பை எல்லையாக உடைய நிலத்தை, செய்யவும், காவலாக அமைந்த முரகு, இகழும் என்ற ஓசையுடன் முழங்கவும் ஆணைச்சக்கரத்தை செலுத்தியவர் பாண்டியர் அருளுடைய நெஞ்சமும் குறையாத ஈகையும் உடைய பாண்டியனின் மரபில் வந்தவன் குற்றமற்ற

கற்பினையுடைய சேயிழையின் தலைவன் பாண்டியன் கருங்கை ஒள்வாட் பெரும் வழுதி.

பொன்னாலாகிய வீரக்கழல்கள் புனைந்த காலும் பூசப்பட்டு உலர்ந்த சந்தனத்துடன் குறுக்கே அகன்ற மார்பும் உடையவன். ஊரில்லாதவனையும் பொறுத்தற்கரிய துன்பம் உடையனவாயும் நீரில்லாதனவாயும் அமைந்த நெடிய வழிகள். அவ்வழிகளில் புதியவர்களையும் வருத்துவதற்குத் தொலைதூரம் பார்த்தபடி இருக்கும் இருப்பையும் கையைக் கவித்தபடி கண்ணால் பார்க்கும் பார்வையையும் நல்ல அம்புகளைத் தவறாது விடும் வன்கண்மையையும் கொண்ட மறவர்களின் அம்புக்கு இலக்காகி வீழ்ந்தோர் மீது புதிதாக அமைந்த கற்குவியல் காணப்படும். அதன்மீது திருந்திய சிறகினையும் வளைந்த வாயினையும் உடைய பருந்து அமர்ந்து வருந்துவனவாகும் உள்ள உன்ன மரங்கள் வளர்ந்தவாகவும் பிரிந்து செல்லும் வழிகள் விளங்கும்.

இத்தகைய வழிகளைக் கடந்து நின்னை வேண்டும் விருப்பத்துடன் இரவலர் வருவர். மனக்கருத்தை முகக்குறிப்பாலேயே உணர்ந்து வறுமையைத் தீர்க்க வல்லவன் என்பதால் நின்னை இரந்து வருவர் என்பதனை இருப்பிடத்தலையார் குறிப்பிடுவதை,

> **"நின்றசை வேட்கையின் இரவலர் வருவர் – அது**
> **முன்னம் முகத்தின் உணர்ந்து அவர்**
> **இன்மை தீர்த்தல் வன்மையானே"** *(புறம்-3, வரிகள்:23-25)*

என்ற புறநானூற்றுப் பாடல் வரிகளின் வாயிலாக அகத்தின் அலகு முகத்தில் தெரியும் என்ற முதுமொழிக்கேற்ப இரவலரின் வறுமையைத் தீர்க்க வல்லவன் பாண்டியன் கருங்கை ஒள்வாட்பெரும் பெயர் வழுதி என்பதை அறிய முடிகிறது.

> **"உலவு மதி ஒருவின் ஓங்கல் வெண் குடை**
> **நிலவுக் கடல் வரைப்பின் மண்ணகம் நிழற்ற**
> **ஏம முரசம் இழுமென முழங்க**
> **நேமி உய்த்த நேஎ நெஞ்சின்**

துவிரா ஈகை கவுரியர் மருக!
சேயிர் தீர் கற்பின் சேயிழை கணவ!”

என்ற பாடலில் முழுமதியின் வடிவத்தைப் போலும் விளங்குகின்ற உயர்ந்த வெண்கொற்றக் குடை அது நிலைத்த கடற்பரப்பை எல்லையாக உடைய நிலத்தை நிழல் செய்யவும் காவலாக அமைந்த முரசு, இழும் என்ற ஓசையுடன் முழங்கவும் ஆணைச்சக்கரத்தை செலுத்தியவர் பாண்டியர் அருளுடைய நெஞ்சமும் குறையாத ஈகையும் உடைய பாண்டியனின் மரபில் வந்தவனே குற்றமற்ற கற்பினையுடைய சேயிழையின் தலைவனே! என்று விளக்குகிறார்.

புலவர்களைப் புரக்கும் தன்மையிலும் அரசர்கள் சிறந்து விளங்கினர். சேரமான் தகடூர் எறிந்த பெருஞ்சேரல் இரும்பொறையின் முரசு கட்டில் என்று அறியாது ஏறிய மோசி கீரனை அந்த அரசன் தண்டிக்காமல் கவரி கொண்டு வீசினான். அதை மோசிகீரனார்

அறியாது ஏறிய என்னைத் தெறுவர
மதனுடை முழவுத்தோள் ஓச்சி தண்ணென
வீசியோயே வியலிடம் கமழ *(புறம். 50)*

என்று புகழ்கிறார். இதிலிருந்து இரவலராகிய புலவரிடமும் அரசர்கள் அறத்தைப் பின்பற்றினர் எனலாம்.

பாண்டியன் இலவந்திகை பள்ளித் துஞ்சிய நன்மாறனை மருதன் இளநாகனார்,

“ஞாயிறு அன்ன வெந் திறல் ஆண்மையும்
திங்கள் அன்ன தண்பெருஞ் சாயலும்
வானத்து அன்ன வண்மையும் மூன்றும்
உடைய ஆகிய இல்லோர கையற
நீ நீடு வாழிய – நெடுந்தகை”

என்று அறம் வாழ அரசர் வாழ வேண்டும் என்று புலவர்கள் வாழ்த்தியமை நமக்கு புலப்படுத்துகிறது. புறநானூறு புகம் அரசர்கள் “படையினும் அறமே முதன்மை” என்பதுபடி

அறநெறி முதற்றே என்றனர் புலவர். இந்தக் கருத்து வென்றி தருவது மன்னவன், கோலதூம் கோடாது எனின் என்ற குறள் கருத்துக்கு விளக்கமாக வாழ்ந்தனர் என்பதை மருதம் இளநாகனார் பாடல் எடுத்துக்காட்டுகிறது.

"நாடாகொன்றோ காடாகொன்றோ
அவலாகொன்றோ மிசையா கொன்றோ
எவ் வழி நல்லவர் ஆடவர்
அவ் வழி நல்லை வாழிய நிலனே"

என்று நாட்டுக்குத் தேவைப்படும் நல்ல அறத்தை ஔவையார் மூலம் புறநானூறு உரைக்கின்றது.

முடிவுரை

தமிழ்நாட்டு வேந்தர்கள் போர் அறங்களில் சிறந்து நின்றனர் என்பதை புறநானூறு பாடல்கள் சிறந்த நிலையில் எடுத்துக் காட்டுகின்றன. போர்களங்களில் கூட அறநெறி வழுவாமல் போர் செய்து வென்றனர். மூவேந்தரின் குடிமை முதலான பண்புகளும் குறுநில மன்னர்களின் ஆண்மை, ஈகை, ஒப்புரவு முதலான சால்புகளை நமக்கு புறநானூறு எடுத்துக்காட்டுகிறது.

●

7. புறநானூற்றில் நேர மேலாண்மையும் கொடை நிர்வாகமும்

முன்னுரை

தமிழக வரலாற்றின் பொற்கால இலக்கியமாய் பொங்கி வரும் புதுப்புனலாய் பூமியிலே புறப்பட்ட வரலாற்றுச் சான்றாக சங்க இலக்கியம் திகழ்கின்றது. இஃது அகமென்றும், புறமென்றும் இலக்கணம் வகுப்பதைக் காணும்போது இது தமிழுக்குக் கிடைத்த தனிச்சிறப்பாகும். பாட்டும் தொகையும் எனப்படும் பதினெண்கீழ்க்கணக்கு நூல்கள் சங்க இலக்கியமாகும். பாட்டு என்பது பத்துப்பாட்டு, தொகை என்பது எட்டுத்தொகையும் ஆகும். சங்ககாலத்தில் வேளாண்மையும், பரிசிலர்களுக்குப் பொன்னும், பொருளும் அரசர்களும் குறுநில மன்னர்களும் கொடையாக வழங்கியதோடு நிலத்தையும் தானமாக கொடுத்தனர். பாரி 300 ஊர்களைப் புலவர்களுக்குப் பரிசிலாகத் தந்தான் என்று புறநானூறு கூறுகிறது. பதிற்றுப்பத்து, சேரமன்னர் சிலர் யாகம் செய்ததற்குப் பிராமணர்களுக்கு நிலக்கொடை தந்தனர். வரிவிதிப்பின் மூலம், பெரும்பகுதி வரிநிலத்திலிருந்தும் வாணிபத்திலிருந்தும் அரசன் பெற்றான். இத்தகைய சிறப்புகளைக் கொண்டது சங்க இலக்கியமாகும்.

நிர்வாகம் பொருள்

நிருவாகம் என்பதற்கு மேலோட்டமாகப் பொருள் கொள்ளமுடியாது. நிருவாகம் என்ற கலைச்சொல்லுக்குப் பலவகையில் விளக்கமளிக்க நிருவாகம் என்பது செயலாகவும் கருதப்படுகிறது. விரிந்த ஆழ்ந்த பொருள் கொண்ட இச்சொல்லின் ஆங்கில இணை 'அட்மினிஸ்டர்' என்பதாகும். அட்மினிஸ்டர் என்கிற ஆங்கிலச்சொல், 'மினிஸ்டியாரே' (Ministiare) என்கிற லத்தின் வேர்ச்சொல்லிலிருந்து தோன்றியதாகும். லத்தின் சொல்லின் பொருள் 'சேவைசெய்' என்பதாகும். பொதுவாக 'அட்மினிஸ்டர்' அதாவது 'நிர்வகி'

என்றால் காரியங்களை மேலாண்மை செய்வது அல்லது 'பொது மக்களைக் கவனித்துக் கொள்வது' போன்ற பொருளில் பயன்படுத்தப்படுகிறது.

தூய நிருவாகம், நல்ல நிர்வாகி, திறமையான நிர்வாகம், தனியார் நிருவாகம், நிருவாகத் திறமையின்மை போன்ற சொற்றொடர்களிலிருந்து நிருவாகம் என்ற சொல்லின் பொருளை புரிந்துக் கொள்ள முடியும். நிருவாகம் என்றால் ஒரு செயல், செயல்பாடு, கூட்டுமுயற்சி என்றெல்லாம் பொருள் கொள்ள முடியும். மக்களுக்கு உதவும் சமுதாயத் தொழில்நுட்பம் என்றும் வர்ணிக்கலாம். குறிக்கோள்களுடன் ஆற்றப்படும் பணிகள், கூட்டுச் செயல்பாடுகள் நிருவாகம் எனப்படும். அதே நேரத்தில் அம்முயற்சியோ, செயல்களோ அறிவுப்பூர்வமாக இருக்கவேண்டும். கூட்டுச் செயல்பாடுகள், மனிதனையும் கருவிகளையும் மேலாண்மை செய்வதாகவும் இருக்க வேண்டும் பகுத்தறிவு உடையதான கூட்டுமுயற்சி மட்டுமே நிர்வாகம் என்பதில் அடங்கும்.

வையாவிக்கோப் பெரும்பேகனின் கொடை நிர்வாகம்

கொடைமடம் படுதல் அல்லது படைமடம் படான் என வையாவிக் கோப்பெரும் பேகனின் இயல்பினை பரணர் கூறியுள்ளார். நீர்ப்பெருக்கத்திற்கு ஆதாரமாக இருப்பது மழைநீர் அதன் ஆற்றலோடு மன்னர்கள் ஒப்பிடப்படுவது போல மழைக்கு நிகராக கூறப்பட்டுள்ளனர். மன்னர்களுடையக் கொடைச் சிறப்பைக் கூறுமிடத்து மழை உவமையாக கூறப்பட்டுள்ளது. மழை நீரானது குறிப்பிட்ட இடத்தை வரையறை செய்யாமல் வற்றிய குளத்திலும் பெய்யும், அகன்ற விளைநிலத்திலும் பொழியும், குளத்தும் விளைநிலத்தும் பெய்யாது களர்நிலத்திலும் பெய்யும். அம்மழை போல பேகன் பிறர்க்குக் கொடை அளிக்கும்போது அறியாமை உடையவன் என்பதை,

"அறு குளத்து உகுத்தும், அகல் வயல் பொழிந்தும்,
உறும் இடத்து உதவாது உவர் நிலம் ஊட்டியும்,

வரையா மரபின் மாரிபோல,
கடாஅ யானைக் கழற் காற்பேகன்
கொடைமடம் படுதல் அல்லது,
படைமடம் படான், பிறர் படை மயக்குறினே”

(புறம். பாடல் எண் - 142)

என்ற பாடலின் வாயிலாக பரணர் பேகனின் கொடைச் சிறப்பினை வியந்து கூறியுள்ளதை அறியமுடிகின்றது. மழை வேண்டும் இடம், வேண்டா இடம் என்று வரையறை செய்யாது எல்லா இடங்களிலும் மழை பொழியும். அந்த மழைப்போன்று பேகன் தன்னிடத்துப் பரிசில் பெற வருபவரை வேண்டியவர். வேண்டதவர், வலியோர், மெலியோர், புதியோர், பழையோர் எனக் கருதாது அனைவருக்கும் வழங்குபவனாதலின் ‘கொடைமடம் படுதல்’ என்ற கூறி சிறப்பித்துள்ளார். ‘படைமடம்’ என்றது வீரர் அல்லாதார், புறமுதுகிட்டார், புண்பட்டார், மூத்தோர், இளையோர் மேல் போர் தொடுக்காது, எதிர்நின்று போரும் வீரரிடத்துப் போர் செய்யும் தன்மை உடையவன் என்பதை குறிப்பிட்டுள்ளார் பரணர். இப்பாடலின் வாயிலாக பேகனின் போர் நிர்வாகத் திறமையினையும், வீரத்தினையும் அறியமுடிகின்றது. வீரர்களிடத்து மட்டும் போர்புரியும் தன்மைக் கொண்டு போர்த் தருமத்தைக் காத்தவன் பேகன் என்பதை பரணர் சிறப்பித்துப் பாடியுள்ளதை அறியமுடிகின்றது.

“கைம்மாறுத வேண்டா கடப்பாடு மாரிமாட்டு
என் ஆற்றுங் கொல்லோ உலகு” *(குறள் எண்:211)*

என்ற திருவள்ளுவரின் குறளுக்கு ஒப்பானவனாக பேகன் விளங்கியுள்ளான் என்பதை அறியமுடிகின்றது. மேலும் பின்வருகின்ற ஒரு பாடலின் வாயிலாகவும் வையாவிக் கோப்பெரும் பேகனின் கொடைத்தன்மையை பரணர் எடுத்துரைக்கின்றார்.

‘எம்கோ பேகன். அவன் கைவண்மை மறுமை நோக்கிற்று அன்று. பிறர் வறுமை நோக்கிற்று எனக் கூறி பாணனை

ஆற்றுப்படுத்தியதால் பாணாற்றுப் படையாயிற்று புலவரை ஆற்றுப்படுத்தியதால் புலவர் ஆற்றுப்படை ஆயிற்று. பாணன் சூடிய பொற்றாமைப்பூ, மாட்சிமைப்பட்ட அணியுடைய விறலி அணிந்த பொன்னரி மாலையுடன் விளங்க விரைந்து செல்லும் குதிரைப் பூட்டிய தேரைக் கட்டு அவிழ்த்துவிட்டு, ஊரின் கண் இருந்ததைப் போலச் சுரத்திடையே பாணர்கள் இளைப்பாறிக் கொண்டிருக்கிறார்கள். நீ யார் பாணரோ என எம்மைக் கேட்ட வறுமையுடைய சுற்றத்தையும், மிக்க பசியையும் உடைய இரவலனே! வென்றிவேலுடைய தலைவனைக் காண்பதற்கு முன் யாம் நின்னினும் வறுமை உடையேம். இப்பொழுது அவ்வறுமை நீங்கி வளமாயினோம். மதமிக்க யானையும், மனம் செருக்கிய குதிரையும் உடையவன் பேகன். எந்நாளும் போர்த்துக் திரியாதென அறிந்தும் மயிலுக்குப் போர்வை அளித்த அருளாளன் பேகன் அவன் அளவில்லாமல் கொடுத்தல் மறுமைப்பயன் நோக்கியது அன்று அவனது வள்ளல்தன்மை பிறரது வறுமைத் துன்பத்தைப் போக்குவதை மட்டும் நோக்கியதை பின்வரும் பாடலின் வாயிலாக பரணர் குறிப்பிடுவதை,

"பாணன் சூடிய பசும் பொற் தாமரை
மாண் இழை விறலி மாலையோடு விளங்க,
கடும் பரி நெடுந்தேர் பூட்டு விட்டு அசைஇ,
ஊரீர் போலச் சுரத்திடை இருந்தனிர்!
யாரீரோ? என, வினவல் ஆனா,
காரென் ஒக்கல். கடும்பசி, இரவல்!
வென் வேல் அண்ணற் காணா ஊங்கே,
நின்னினும் புல்லியேம் மன்னே; இனியே,
இன்னேம் ஆயினேம் மன்னே; என்றும்
உடாஅ போரா ஆகுதல் அறிந்தும்,
படாஅம் மஞ்சைக்கு ஈந்த எம் கோ,
கடாஅ யானைக் கலி, மான் பேகன்
எத் துணை ஆயினும் ஈத்தல் நன்று என

மறுமை நோக்கின்றோ அன்றே,
பிறர், வறுமை நோக்கின்று, அவன் கை வண்மையே”

(புறம். பாடல் எண் - 141)

என்ற பாடலின் வாயிலாக வையாவிக் கோப்பெரும் பேகனின் கொடைத் தன்மையை அறியமுடிகின்றது. பேகனிடம் பரிசில் பெற்ற பாணன் ஒருவன் வழியில் எதிர்ப்பட்ட மற்றொரு பாணனிடம் பேகனின் கொடைச் சிறப்பைக் கூறி அவனிடம் பரிசில் பெற்றுவர வழிப்படுத்திப் பாடியது. பேகனின் புகழைப் பாராட்டுகின்றவன். தம்மையும் பாணனாகக் காட்டிக் கொள்வதோடு, பாணன் சூடிய தாமரைப் பூவும், விறலி அணிந்த பொன்னரிமாலையும் விளக்கமுற இருப்பதை எடுத்துக் காட்டப்பட்டுள்ளது. பரிசு பெற்ற பாணன் பரிசுபெறப் போகும் பாணனுக்கு பேகனின் கொடைத் தன்மையை எடுத்துக் கூறுவதன் மூலமாக பேகனின் கொடைநிர்வாகத் தன்மையினை அறியமுடிகின்றது. மயிலுக்கு போர்வை தந்த கொடைச் சிறப்பினையும் பாணர் சிறப்பித்து பாடியிருப்பதை அறியமுடிகின்றது.

இளஞ்சேட் சென்னியின் படையெழுச்சி நிர்வாகம்

மன்னன் ஒருவன் மாற்றான் மேல் படையெடுத்துச் செல்லுதலைக் கூறுவது வஞ்சித் திணையாகும். சோழன் உருவப் பல்தேர் இளஞ்சேட் சென்னி நாட்டு மக்களுக்கு தாயாக இருந்து குழந்தைகளை கவனிப்பதுபோல் நாட்டு மக்களை காத்து வந்தான் என்பதை பின்வரும் பாடல் உணர்த்துகின்றது. போர்க்களம் செல்லச் செல்ல அவன் சீற்றம் மிக உடையவனாய் விளங்குவான் என்பது குறிப்பிடப்படுகிறது. இளஞ்சேட் சென்னி போர்க்களத்திற்கு செல்லும்போது ஆண்யானைகள் மதிற்கதவுகளை முரித்துச் சினமுடன் திரிந்து கூர்முனை மருங்கிய கொம்புகளை உடையது ஆதலால் உயிரை உண்ணும் எமன் போன்று காணப்படுகின்றது. அவன் அசையும் தலையாட்ட முடைய விரைந்தியங்கும் குதிரைகளுடன்

விளங்கும் பொன்னாலான தேர்மீது பொலிவுடன் தோற்றம் கொண்டு விளங்குவான் அதனால் கரிய கடல் நடுவே உயர்ந்து எழும் ஞாயிறு போல அழகுடன் தோன்றுவான். அவ்வாறு விளங்குவதால் உன்னைப் பகைத்தவர் நாடுகள் தாயில்லாததால் உணவு உண்ணாமல் அழும் குழந்தையைப் போல் ஓயாமல் விளித்து அழும் தன்மையுடையது என்பதை பின்வரும் பாடலின் வாயிலாக பரணர் குறிப்பிடுவதை,

'வாள், வலம் தர, மறுப் பட்டன
செவ் வானத்து வனப்புப் போன்றன
செஞ் ஞாயிற்றுக் கவினை மாதோ
அனையை ஆகன்மாறே,
தாய் இல் தூவாக் குழவி போல,
ஓவாது கூஉம் நின் உடற்றியோர் நாடே'

(புறம். பாடல் எண் - 4)

என்ற இப்பாடலின் இளஞ்சேட் சென்னியின் படையெழுச்சி நிர்வாகத் திறனை அறியமுடிகின்றது. செஞ்ஞாயிற்றுக் கவினுடன் இளஞ்சேட் சென்னி உவமிக்கப் பெற்றுள்ளான். செஞ்ஞாயிறு கடலிலிருந்து எழுகையில் கதிர்கள் வெப்பம் குறைவாக தோன்றும். பின் உச்சி ஏறக் கதிர்கள் வெம்மைவாய்ச் சுடுவதைப் போன்று போருக்கு எழும் சென்னியின் இயல்பினை பரணர் எடுத்துரைத்திருப்பதை அறியமுடிகின்றது. போர்க்களம் செல்லச் செல்ல அவன் சீற்றம் மிக உடையவனாய் விளங்குவான் என்பதை பரணர் குறிப்பால் உணர்த்தியிருப்பதை அறியமுடிகின்றது. இளஞ்சேட் சென்னியின் போர் நிர்வாகத் திறனை இப்பாடல் புலப்படுத்திக் காட்டுவதை அறியமுடிகின்றது.

மேலாண்மை - பொருள்

தனிமரம் தோப்பாகாது. தனி மனிதர்கள் தங்களது தேவைகளை நிறைவேற்றிக் கொள்ளமுடியாத பொழுது அவர்கள் ஓர் குழுவாகச் செயல்படுகின்றனர். அவ்வகையில்

உலகில் ஆதி மனிதர்கள் ஒன்று கூடிச் செயல்படத் தொடங்கிய நாளே மேலாண்மை தோன்றிய நாளாகும்.

மேலாண்மையின் - பொருள்

தனிமரம் தோப்பாகாது தனி மனிதர்கள் தங்களது தேவைகளை நிறைவேற்றிக் கொள்ளமுடியாத பொழுது அவர்கள் ஓர் குழுவாகச் செயல்படுகின்றனர். அவ்வகையில் உலகில் ஆதி மனிதர்கள் ஒன்று கூடிச் செயல்படத் தொடங்கிய நாளே மேலாண்மை தோன்றிய நாளாகும்.

மேலாண்மையின் அடிப்படைப்பண்பாக முடிவெடுத்தல் இருக்கின்றது. 'தீர்க்கமாக முடிவெடுக்க வேண்டுமானால் அறிவையும் உணர்வையும் கவனத்தில் கொள்ளவேண்டும்' (க.வெங்கடேசன், மேலாண்மைத்தத்துவங்கள் ப.37) என்று கூறியுள்ளார். ஒரு செயலை தொடங்குவதற்கு முன் அது பற்றி திட்டமிட்டு அதற்குரிய செயல்வகைகளைத் தீட்டுதல் சிறந்த மேலாண்மையாக அமைகின்றது. 'நல்ல மேலாண்மை என்பது சம்பந்தப்பட்டவர்களுடைய கருத்துக்கள், கருத்துக் கணிப்புகள் மற்றும் சீரான திட்டங்கள் அவற்றோடுதான் ஆரம்பிக்கின்றன. இதனைக் கடக்க வேண்டிய தூரம் ஆயிரம் காதமாக கடப்பது என்பது முதற்படியில்தான் ஆரம்பமாகிறது என்பதின் மூலம் அறியலாம். (எம்.சீனிவாசன், மேலாண்மையில் இன்று ப.61) என்று கூறுகின்ற கருத்தும் மேலாண்மையில் முதன்மை பெறுகின்றது.

நேரம்

நேரம் என்பது நம் அனைவரது வாழ்விலும் இன்றியமையாத இடத்தைப் பெறுகின்றது. ஒவ்வொருவரும் நேரத்திற்கேற்ப நடந்த சிந்தித்துச் செயல்பட்டால் விதியையும் வெல்லும் வன்மையைக் கூட பெறமுடியும். நேரம் எனும் சொல்லிற்கு, 'சமயம், தாளப்பிரமாணம், பதினொன்று பருவம், பொழுது, முடிவு, யுகம், விடியல்' என்றும் கதிரைவேற்பிள்ளை தமிழ் மொழியகராதியில் சொல் விளக்கம் கொடுத்துள்ளார். 'தமிழ்ப் பேரகராதி' 'பொழுது', 'தக்கசமயம்', 'பருவம்',

‘பருவப்பயிர்’, ‘காலை’, ‘விடியல்’ என்றும் பொருள் கூறுகின்றது. தொன்றுதொட்டே நம் முன்னோர்களிடம் நேரம் பற்றிய உணர்வு நிலவியிருந்தது என்பதை தொல்காப்பியர் தொல்காப்பியத்தில் குறிப்பிடுவதை,

“முதலெனப் படுவது நிலம் பொழு திரண்டின்
இயல்பென மொழிய இயல்புணர்ந் தோரே”

(தொல்.பொருள். நூற்பா - 950)

என்னும் நூற்பாவில், வாழ்வின் உயிர்மூச்சாக நிலத்தையும் பொழுதையும் தொல்காப்பியர் சுட்டிக் காட்டியிருப்பது அறியமுடிகின்றது. தொல்காப்பியர் கூறும் நேரம் பற்றிய கருத்தாடல்களாக வைகறை, விடியல், நண்பகல், ஏற்பாடு, மாலை, கார், கூதிர், முன்பனி, பின்பனி, இளவேனில், முதுவேனில் என்று விளக்கியிருப்பதை அறியமுடிகின்றது.

எவனொருவன் காலம் கடத்தாது சரியான நேரத்தில் தான் செய்ய வேண்டிய செயலைச் செய்து முடிக்கின்றானோ, அவனது வாழ்வில் மகிழ்ச்சி தரக்கூடிய பலமாற்றங்கள் நடந்தேரும். அப்பொழுது அவன் சமுதாயத்தோடு இணைந்து வாழவே முற்படுகிறான் என்பதை,

“பருவத்தோடு ஒட்ட ஒழுகல் திருவினைத்
தீராமை ஆர்க்கும் கயிறு” *(குறள் - 482)*

என்று வள்ளுவப் பெருந்தகை கூறுவதன் மூலம் அறியமுடிகின்றது. நேரத்தோடு சேர்ந்து வாழாதவன் தன்னுடைய வாழ்வில் வெற்றியைப் பெறுவது மிகவும் கடினமான ஒன்றாகும். இன்றைய காலகட்டத்தில் இத்தகு சூழல்கள் நிலவி வருகின்றதையும் அறியமுடிகின்றது.

நேரமேலாண்மை

நேரம் அனைவருக்கும் பொதுவானது நேரம் மனித முயற்சியை அளக்கும் அளவுகோல். நேரத்தை இழந்தால் மீண்டும் பெறமுடியாது. மனிதயினம் வேறு எந்த வளத்தையும் நேரத்தைப் போன்று வீணாக்குவதில்லை.

ஒரு குறிப்பிட்ட நேரத்தில் தாங்கள் எண்ணிய எண்ணங்களை திட்டமிட்டுச் செயலாற்றித் திறமையாக வெற்றியடையச் செய்வதே மிகச்சிறந்த மேலாண்மை ஆகும். 'திறமையான மேலாண்மை என்பது நேரத்தைத் திறமையாகப் பயன்படுத்துவதேயாகும்'. (க.வெங்கடேசன், மேலாண்மைத் தத்துவங்கள். ப.69) என்று குறிப்பிட்டுள்ளார். 'நேர நிர்வாகம்' என்பது எதையும் நேரப்படிச் செய்து முடிப்பதாகும். குறைந்த காலத்தில் அதிக இலாபம் பெறும்படி வேலையைச் செய்தல், நேரத்தை வீணாக்காது பயனுள்ளபடி நேரத்தை செலவிடுதல், கழிந்த கால குறைபாட்டை ஈடுசெய்வதும், வருங்கால நன்மைக்கும் நிகழ்காலத்தைப் பயனுறக் கழிப்பதுமாகும். (குறளில் நேரநிர்வாகம். ப.16) என்ற ஸ்வாமி அவர்கள் குறிப்பிட்டுள்ளார். இத்தகைய நேரமேலாண்மையை எடுத்துரைப்பதே இப்பகுதியின் நோக்கமாக அமைகின்றது.

அதியமான் நெடுமான் அஞ்சியின் காலம்கடத்தா நேரமேலாண்மை

அரசனுடைய புகழைப் பாடும் விறலியை வழிப்படுத்துதல் விறலியாற்றுப்படை கூத்தரும், பாணரும், பொருநரும், விறலியும் ஆற்றுடைக்காட்சி உரழைத் தோன்றிப் பெற்ற பெருவளம் பக்கமும் என்று தொல்காப்பியம் குறிப்பிடுவதால் அரசர்கள், வள்ளல்கள் ஆகியோரிடத்துப் பொருள் பெற்றோர் பொருள் பெறாதார்க்கு வழிகாட்டி நெறிப்படுத்தியுள்ளனர். பாணர்களுக்கும், கூத்தர்களுக்கும், விறலியர்க்கும் தேவையான பொருட்களையும், உணவினையும், கொண்டவர்கள் அரசர்களும், வள்ளல்களும் ஆவார்கள். அதியமான் நெடுமான் அஞ்சி பகைவர்களை வென்று வீரர்களுக்கும் பல பரிசுகளை வழங்கியதோடு அவர் பல நிலைகளிலும் வாடும் விறலியருக்கும் உண்ணவும் தின்னவும் மெல்லிய ஆடைபோல் விளங்கும் இறைச்சி, பிற உணவுகளையும் அதிகமாகவே காலம் கருதி வழங்கினான் என்பதை, பின்வரும் புறநானூற்று பாடலின் வாயிலாக ஔவையார் குறிப்பிடுவதை,

“ஒரு தலைப் பதலை தூங்க, ஒரு தலைத்
தூம்பு அகச்சிற முடியாத் தூங்கத் தூக்கி,
கவிழ்ந்த மண்டை மலர்க்குநர் யார்? எனச்
சுரன்முதல் இருந்த சில வளை விறலி
செல்லை ஆயின் சேணோன் அல்லன்;
முனை கட எழுந்த மங்குல் மாப் புகை
மலை சூழ் மஞ்சின், மழ களிறு அணிணும்
பகைப் புலத்தோனே, பல்வேல் அஞ்சிளூ
பொழுது இடைப்படாஅப் புலரா மண்டை
மெழுகு மெல் அடையின் கொடு நிணம் பெருப்ப,
அலத்தற் காலை ஆயினும்,
புரத்தல் வல்லன் வாழ்க, அவன் தாளே!”

(புறம். பாடல் எண் - 103)

என்ற பாடல் வரிகளின் வாயிலாக கொடை மேலாண்மை நிர்வாகத் தன்மையினை அறியமுடிகின்றது. தன்னிடம் பொருள்பெற வருகின்றவர்களுக்கு மனமறிந்து பரிப் பொருட்களையும் தேவையான உணவினையும் அளிக்கும் தன்மை அதியமானின் காலம் கடத்தா நேர உணவினையும் அளிக்கும் தன்மை அதியமானின் காலம் கடத்தா நேர மேலாண்மை பண்பினை புலப்படுத்திக் காட்டியிருப்பதை அறியமுடிகின்றது. உலகமே வறுமையுற்றாலும் அதியமான் நெடுமான் அஞ்சி நாட்டில் மக்களுக்காகவும் அவன் எல்லா நேரத்திலும் உணவு படைக்கவேண்டும் என்று மக்களுக்காக கடமையாற்றக் காத்திருந்தான் என்பதை இப்பாடலின் வாயிலாக அறியமுடிகின்றது. எந்நேரமும் அதியமான் உணவு அளித்து விருந்தோம்புவதால் உண்கலம் ஈரம் காயாமல் இருக்கும் தன்மையை உணர்த்துகின்றது.

‘உண்டி கொடுத்தோர் உயிர்க்கொடுத்தோர்’

என்ற மணிமேகலை காப்பிய வரிகளுக்கு ஒப்ப மக்களைக் காத்தும், மக்களுக்குத் தேவையான வரிகளுககு ஒப்ப மக்களைக் காத்தும், மக்களுக்குத் தேவையான கொடைகளை, அளித்ததின் வாயிலாக அதியமான் அஞ்சியின் கொடை நிர்வாகத்

தன்மையினை அறியமுடிகின்றது. மற்ற நாடுகளில் எல்லாம் என்றால் உண்கலங்கள் எல்லாம் கவிழ்த்தி வைக்கப்பட்டிருக்கும் ஆனால் அதியமான் நெடுமான் அஞ்சியின் நாட்டில் எந்நேரமும் வருகின்ற விறலியர்களுக்கும், மற்றவர்களுக்கும் உணவு படைத்தார்கள் என்பதின் வாயிலாக நேரநிர்வாகத் தன்மையை அறியமுடிகின்றது. உலகமே வறுமையுற்ற காலமாயினும் அதியமான் கொடுக்கும் தன்மையில் வறுமையில்லாது வரையராது வழங்கும் பேறுபெற்றவன் என்பதின் வாயிலாக அதியமான் அஞ்சியின் கொடை நிர்வாக மேலாண்மைத் தன்மை புலப்படுகின்றது என்பதை அறியமுடிகின்றது.

தொகுப்புரை

சங்க இலக்கியப் பாடல்களான புறநானூற்று பாடல்களின் வாயிலாக அரசர்களும், வள்ளல்களும் எவ்வாறு நாட்டு மக்களையும், நாடி வருகின்ற புலவர்களுக்கும், பாணர்களுக்கும், விறலியருக்கும் பொருள்களை கொடுத்து கொடை நிர்வாகம் செய்தார்கள் என்ற சிறப்பினையும் காலத்தை வீணாக்காமல் கடமை தவறாது நேரமேலாண்மையை கடைபிடித்து மக்களுக்கு கடமையாற்றக் காத்திருந்தார்கள் என்பதை இக்கட்டுரையின் வாயிலாக அறியமுடிகின்றது. வையாவிக் கோப்பெரும் பேகனின் கொடை நிர்வாகத் தன்மையையும், இளஞ்சேட் சென்னியின் படையெழுச்சி நிர்வாகத் திறனையும், அதியமான் நெடுமான் அஞ்சியின் காலம் கடத்தா நேரமேலாண்மையையும் அறியமுடிகின்றது.

8. சங்க இலக்கியம் காட்டும் பண்பாட்டுப் பதிவுகள்

இலக்கியங்கள் மனித வாழ்வின் காலக் கண்ணாடிகள் ஆகும். தமிழரின் பண்பாட்டையும் நாகரிக வளர்ச்சியையும் காலந்தோறும் தோன்றிய இலக்கியங்களை உற்று நோக்கினால் நாம் கண்டுகொள்ள முடியும்.

கல்தோன்றி மண்தோன்றா காலத்திற்கு முன்பே தோன்றியவர்கள் தமிழர்கள். அவர்களே உலக மக்களின் வாழ்வியல் நாகரிக முன்னோடியாகவும், பண்பாட்டுக் கருவூலமாகவும் தங்கள் வாழ்க்கையை வாழ்ந்திருக்கின்றனர்.

"பழையன கழிதலும் புதியன புகுதலும்
வழுவல கால வரைகயினான"

என்ற நன்னூல் நூற்பாவால் பவணந்தியார் பண்பாட்டுச் சிறப்பையும், நாகரிகத்தின் இன்றியமையாமையையும் ஒருமுகமாக எடுத்துக் காட்டுகின்றார். காலந்தோறும் வளர்ந்து வரும் காலமாற்றத்திற்கு தக்க மாறிவரும் நாகரித்திலே முன்னோக்கி நிற்பவர்கள் தமிழர்கள்.

சிறப்புடன் வாழ்கிற தமிழர்களின் பண்பாட்டினை சங்க இலக்கியங்கள் வாயிலாக பதிவுசெய்யும் முகமாக இப்பகுதி அமைகின்றது.

பண்பாடு என்பதன் பொருள்

நிலம் பண்பாட்டிலிருக்கிறது என்றால் நிலம் விளைச்சலைத் தருவதற்கேற்பப் பக்குவப்பட்டிருக்கிறது என்று பொருள். அதுபோல சிறந்த வாழ்க்கைக்கு அடிப்படையாக அமைகின்ற உள்ளபாங்கின் வெளிப்பாட்டையே பண்பாடு என வரலாற்று அறிஞர் குறிப்பர். மேலும், திருவள்ளுவர்,

"பண்புடையார் பட்டுண்டு உலகம்அது இன்றேல்
மாண்புக்கு மாய்வது மண்" *(குறள். 996)*

என்ற குறட்பாவில் பண்புடையவர்கள் இருப்பதாலே உலகம் இயங்கிக் கொண்டிருக்கிறது. இல்லையேல் என்றோ மண்ணில் புதைந்திருக்கும் என்கிறார் வள்ளுவர். பண்பெனப்படுவது 'பாடறிந்தொழுகல்' என்கிறது கலித்தொகை. இதற்கு சிலர் 'பிறர் இயல்பு அறிந்து ஒழுகல்' எனப் பொருள் கூறுகின்றனர். 'பெருமை தரும் வகை அறிந்து நடத்தல்' என்பதே பண்பாடு எனலாம். மேலும் "தனக்கும் பிறருக்கும் நன்மை பயக்கும்" என்று எண்ணி ஒரு சமுதாயம் பின்பற்றும் வாழ்வு நெறிமுறைகளே பண்பாடு" என்று கூறுவர்.

பண்படுதல் என்றும் பொருளிலிருந்தே 'பண்பாடு' என்ற சொல் பிறந்தது. என்பர் அறிஞர். சிறந்ததால் என்னும் பொருளிலும், வழங்கிவருகிறது. நல்லநிலை எய்த பண்பாடு அவசியமாகிறது. பொதுவாக கூற வேண்டுமானால் அனைத்து வகை நலன்களையும் உள்ளடக்கியதே பண்பாடு எனலாம். பண்பாட்டைப் பற்றி முனைவர் நயம்பு அறிவுடைநம்பி, "களை நீக்கி பலமுறை உழுத நிலமே பண்பட்ட நிலம் என்கிறோம் அதைப்போல மனமாசுகளை நீக்கிக் கல்வி, கேள்வி, பயிற்சிகளால் பக்கவப்படும் நிலையே பண்பாடாகும்" (தமிழ்ச்சான்றோகளின் பண்பாட்டு நெறிகள் பக்.29) என்று கூறுகிறார்.

கல்சர் (Culture) என்ற ஆங்கிலச் சொல்லிற்கு நேர் பொருளைத் தரும் வகையில் 'பண்பாடு' என்ற சொல் இக்காலத்து வழக்கில் வந்துள்ளது. சங்க கால இலக்கியங்களிலும், அதற்கு பின் வந்து இலக்கியங்களிலும் 'பண்பாடு' என்று இடம் பெறவில்லை. அப்பொருளில் 'பண்பு' என்னும் சொல் தான் கையாளப்பட்டுள்ளது. என்பதை,

இசையினும் குறிப்பினும் பண்பினும் தோன்றி'

(தொல்.சொல்.நூ.297)

எனும் தொல்காப்பிய நூற்பவின் வாயிலாகவும்,

பா[illegible] றிந்து ஒழுகும் பண்பினோரே' *(புறம். பா.191)*

என்ற புறநானூற்று அடியின் வாயிலாகவும் அறியமுடிகின்றது.

"கல்சர் என்ற ஆங்கிலச்சொல்லை முதன்முதலில் உருவாக்கியர் 'போக்கன்' என்பவர். எமர்சன் என்பவர் அச்சொல் குறிக்கும் பொருளை விரிவாக விளக்கினார். இவர், "அமெரிக்க அறிஞர்" என்ற தலைப்புடைய சொற்பொழிவில் இயற்கை, இலக்கியம், செயல்கள் ஆகியவற்றின் தாக்கங்களினால் பண்பாடு வளர்ச்சியுறும் திறத்தை ஆய்ந்து கூறினார். பேக்கன் காலம் கி.பி. 1561 லிருந்து 1626 வரையாகும்" (செ. பழனிச்சாமி, புறநானூற்றில் தமிழர் பண்பாடு, ப.12) என்ற செ.பழனிசாமியின் கூற்றிலிருந்தும், மேலும் இவர் கூறியுள்ள "வின்சுலொ என்பவர் 1862 ஆம் ஆண்டில் வெளியிட்ட தமிழ் ஆங்கில அகராதியிலும் பண்பாடு என்ற சொல் இடம் பெறவில்லை. ஆனால் பண்பாடு, பண்பாளன், பண்பு ஆகிய சொற்கள் உள்ளன. (செ.பழனிசாமி, புறநானுஸற்றில் தமிழர் பண்பாடு ப.10) என்று கூறியதிலிருந்தும் பண்பாடு என்ற சொல் பின்னாளில் உருவானது தான் என்பது புலனாகின்றது.

இத்தகைய 'பண்பாடு' என்ற பெயர்ச்செல் 'பண்பாடு' என்ற வினைச்சொல்லிலிருந்து உருவானதாகும். 'பண்பாடு' என்பது திருத்தம் பெற, பக்குவப்படு என்று பொருள்படும் 'பண்பாடு' திருத்தம் பெற்ற நிலை, பக்குவப்பட்ட நிலை எனப் பொருள் கொள்ளலாம்,

"பண்பாடு என்பது மனிதன் சமுதாயத்தில் ஓர் உறுப்பு என்ற நிலையில் அறிவு, நம்பிக்கை, கலை, ஒழுக்கநெறிகள், சட்டம், பழக்கம், ஆற்றல் முதலியவை அடங்கப்பெற்ற ஒருவகை வாழ்க்கை முறையின் முழுமைத் தொகுதியாகும். (அ.கிருட்டிணன். தமிழர் பண்பாட்டில் தொகுதி - 1, ப.3 என்கிறார். மானுடவியலறிஞர் எட்வர்டு பர்னட்டையர் (E.B.Taylor))

பண்பாடு விளக்கம்

"பண்பெனப்படுவது பாடறிந்து ஒழுகுதல்
அன்பெனப் படுவது தன்கிளை செறாமை

அறிவெனப் படுவது பேதையார் செல்றோன்றல்"

(கலித்தொகை பா. 133-8-10)

என்று கலித்தொகை கூறியிருப்பது அறிந்து மகிழ்தற்குரியது. காலம் மாற, மாற கருத்துகளும் காட்சிகளும், எண்ணங்களும் செயல்களும் மாறித்தான் போகின்றன. காலத்திற்கேற்ப பண்பாடும் மாறிவரும் தன்மை கொண்டது. பொதுவாகப் பண்பாட்டின் பொருள் விளக்கம் காணின், வீரநிலைக் காலப் பண்பாட்டின் கருத்துப் பொருள் விளக்கம் மேலும் தெளிவாகும். *(மேஜர் கதிர் மகாதேவன், பழந்தமிழர், வீரப்பண்பாடு - ப.18)* "பண்பு, பண்புடைமை ஆகிய சொற்கள் பழந்தமிழில் காணப்படுகின்றன. ஆனால், பண்பாடு என்ற சொல் காலத்தாற் பிற்பட்டது இச்சொல்லை 1937-ல் திரு.டி.கே.சிதம்பரநாத முதலியார் உருவாக்கியதாகக் கூறப்படுகிறது". *(எஸ்.வையாபுரிப்பிள்ளை, தமிழர் பண்பாடு, ப.1)*

பண்பாட்டைப் பற்றி எஃப்ஆர் கோவல் பின்வருமாறு குறிப்பிடுகிறார். "பண்பாடு என்பது வாய்மொழி மரபாய்ப் பரப்பப்படும் அன்றி எழுத்து மூலமாயும் பிற பாவங்களாலும் உணர்த்தப்படும். இதனால், வாழ்க்கைத் திறம் உயர்வதற்கும் வாழ்வு பொருளுடையதாகவும் பண்ணுடையதாயும் மாறுவதற்கும் வழி ஏற்படும். மேலும் அவ்வாழ்வு உருப்பெறவும் மேம்பாட்டுணர்வு மிகவும் பாராட்டப்படவும் பிற பெற்றிகளான உண்மை, அழகு, நல்லொழுக்கம் ஆகியவை நிலைபெறவும் வழி வகுக்கும்" எனக் கூறுகிறார்.

பண்பாட்டுக் கூறுகள்

மனித இனங்கள் ஒவ்வொன்றும் தனக்கு என்று ஒரு பண்பாட்டினைக் கொண்டவையாக அமைந்துள்ளன. பண்பாடு என்ற முழுமையைப் பல்வேறு சிறுசிறு கூறுகளாக அடையாளம் கண்டு வருணிப்பதன் மூலம் விளக்க முயல்கின்றனர். அவ்வகையில் புதுசூழலியல், சுற்றுப்புறச்சூழல், காலநிலை, குடியிருப்பு முறை,

பொருள்சார்பு முறை, பண்பாட்டு மயமாக்க முறை, மக்களின் உளவியல் பாங்குகள், மணக்கொடை, மணவிலக்கு, வாழ்க்கைப் பொருளாதாரம், தொழில்பகுப்புமுறை, உற்பத்தி முறைகள் நுகர்வுமுறை, பங்கீட்டுமுறை, அதிகாரமுறைகள், சமூகக் கட்டுப்பாடு, மரபுசார்சட்டங்கள், சமய நம்பிக்கைகள், சடங்குகள், வழிபாட்டுமுறை, மந்திரம், சூனியம், விழாக்கள், இசை, விளையாட்டுக்கள், அழகியல் சிந்தனைகள், நாட்டார் வழக்காறுகள் ஆகிய கூறகளை இனவரைவியலாளன் செய்திகள் திரட்டுவதற்காக முதன்மைப்படுத்துகின்றான். (பக்தவத்சலபாரதி 118-119)

மேற்குறித்த கூறுகள் ஒரு பண்பாட்டை விளக்குவதற்கு முழுமையானது என்று கூறிவிடமுடியாது. இவற்றிற்கு மேலும் பல நுட்பமான செய்திகள் தேவைப்படலாம். அதனை அப்பண்பாட்டிற்குள் பணியாற்றும் பொழுது அல்லது அப்பண்பாட்டோடு நெருக்கமான உறவு கொள்ளும்போது உணரலாம் என்று ஞா. டீபன் கூறுகின்றார்.

பண்பாடும் மனிதனும்

மனிதனை விலங்கினின்று வேறுபடுத்துவது பண்பாடு. நாட்டின் பெருமைக்கும், சிறப்புக்கும் மக்களின் பண்பாடு கருவியாக அமைகிறது. இப்பண்பாடு காலத்திற்கு காலம், நாட்டிற்கு நாடு, இனத்திற்கு இனம், வேறுபடும் பண்பாடு என்பது அகப்பண்பாடு, புறப்பண்பாடு என்று இருவகைப்படும். புறப்பண்பாடு உணவு, உடை, உறையுள் என்ற அடிப்படையில் காணலாம். இவை நாகரீகத்திலும் அடங்கும் எனலாம்.

பக்தி, அன்பு, நட்பு, ஒப்புறவு, வாய்மை, விருந்தோம்பல், கண்ணோட்டம், மெய்யுணர்வு, அருள் புலனடக்கம், நன்றி ஒழுக்கம் இவற்றின் அடிப்படையாக உணர்வது அகப்பண்பாடு. இந்த அகப்பண்பாடு நம் தமிழ் மக்களிடம் நிறைந்து, வளர்ந்து ஆலமர விழுதாக இலக்கியமாக நம்மிடையே வலம் வருகிறது.

சங்க காலத்தில் விருந்தோம்பல் செய்தவர்கள் முன் பின் அறியாதவர்களாகவே காண்கிறோம். இல்வாழ்க்கையால் விருந்தோம்பல் செய்வது சிறந்த அறமாகக் காணப்பட்டது. விருந்தின உபசரிப்பது கூட கணவனும், மனைவியும் சேர்ந்து செய்தால்தான் அது நிறைவான விருந்தோம்பல் அறமாகக் காணமுடிகிறது. ஆதலால் கணவனை இழந்த பெண்ணும் கைவிடப்பட்டவர்களும் இந்த விருந்தோம்பலினைச் செய்யும் தகுதியினை கொண்டு இல்லாதவர்களாகவே காணப்பட்டனர். இச்செய்தியினைக் குறிக்கும் விதத்தில் சிலப்பதிகாரம் கோவலனைப் பிரிந்திருந்த கண்ணகி தனக்கு நேர்ந்த இழப்புகளை,

'விருந்தெதிர் கோடலும் இழந்த என்னை' *(சிலம்பு 16:73)*

எனச் சிலப்பதிகாரம் கூறுவதின் வாயிலாக அறியமுடிகின்றது.

விருந்தோம்பலின் தனித்தன்மை

வீட்டிற்கு வரும் விருந்தினரை வரவேற்பதும் அவர்களின் நலத்தினை விசாரிப்பதும், உபசரிப்பதும் அவர்கள் விருந்து முடிந்து திரும்பும்போது விடை காலம் காலமாக நடந்து வரும் ஒரு பண்பாட்டு நிகழ்வாகும். பிறர் விருந்துண்டு மகிழ்வதனையே தங்கள் மகிழ்ச்சியாக கொண்டு வாழ்ந்தனர். அவ்விதம் வாழ முடியாத நிலையினை ஒரு பயனற்ற வாழ்க்கை நிலையாக கருதியதை,

'விருந்து கண்டொளிக்கும் திருந்தா வாழ்க்கை'

(புறம் - 226)

என்ற பாடல் அடியின் வாயிலாக பெருங்குன்றூர் கிழாரின் வறுமைத் தன்மையைக் காட்டுவதன் மூலம் தன்னுடைய மனைவி, மக்கள் பசியாற்றுவதனை விட தன்னை நாடி வரும் இரவலருக்கு விருந்தோம்பலைச் செய்வதை குறிக்கோளாகக் கொண்டு இருந்துள்ளனர். மேலும் சங்ககால மக்கள் விருந்தளித்ததோடு மட்டும் நின்றுவிடாமல் விருந்தாளிக்குப் பரிசினையும் பொருளினையும் கொடுத்துள்ளனர். மேலும்

வள்ளுவரும் விருந்தோம்பலை உணர்த்தும் வகையில்,

இருந்தோம்பி இல்வாழ்வ தெல்லாம் விருந்தோம்பி
வேளாண்மை செய்தற் பொருட்டு *(குறள் - 81)*

என்ற குறட்பாவின் வாயிலாக அறியமுடிகின்றது.

பிறர்நலம் பேணுதல்

பண்டைத் தமிழர் தமக்கென வாழாமல் பிறர் நலத்தின் மீதே அக்கரையினைக் கொண்டு வாழ்பவர்கள். இந்திரருக்கு உரிய இனிய அமுதமே எனினும் தனித்து உண்ணமாட்டார். பிறருக்கு ஏதேனும் துன்பம் ஏற்படின் அதனைத் தீர்ப்பதற்கு முன் வருவர். நல்ல செயலுக்காக உயிரையும் கொடுக்கும் குணம் படைத்தவர்களாக இருந்தனர். பழி வரக்கூடிய செயலால் உலகமே பரிசாகக் கிடைக்கும் என்றாலும் செய்ய மாட்டார்கள். இத்தகையவர்களால்தான் வையமானது இன்புறுகிறது என்ற கருத்துப் பொதிந்த புறநானூற்றுப் பாவினை கடலுள் மாய்ந்த இளம்பெருவழுதி என்றும் புலவர் பாடியுள்ளதை,

“உண்டால் அம்ம இவ்வுலகம் இந்திரர்
அமிழ்தம் இயைவது ஆயினும் இன்று எனத்
தமியர் உண்டலும் இலரே, முனிவு இலர்
துஞ்சலும் இவர் பிறர் அஞ்சுவது அஞ்சி
புகழ் எனின் உயிரும் கொடுக்குவம், பழி எனின்
உலகுடன் பெறினும் கொள்ளலர். அயர்வுஇலர்
அன்ன மாட்சி அனையர் பிறர்க்கென முயலுநர்
உண்மையாளே. *(புறம் -182)*

என்ற பாடல் வரிகளின் வாயிலாக இரண்டாயிரம் ஆண்டிற்கு முன்னதாகவே தமிழர் பிறர்க்கென வாழும் பண்பாட்டு நெறியோடு வாழ்ந்துள்ளனர் என்பதை அறியமுடிகின்றது.

விருந்தோம்பலின் நிலைப்பாடு

நாட்டில் உணவு பொருளானது ஒரு இடத்தில் குவிந்திருந்தால் மட்டும் போதாது. அந்த உணவானது அடித்தட்டு மக்கள் வரை சென்று சேரவேண்டும். அவ்விதம்

அந்த உணவானது சேராமல் போனால் யாருக்கு என்ன பயன். அந்த உணவினையும் பிறருக்கு பகிர்ந்தளிக்கப்படல் வேண்டும் என்பதை,

“உண்டி கொடுத்தோர் உயிர் கொடுத்தோரே
உண்டி முதற்றே உணவின் பிண்டம்” *(புறம் - 18)*

என்ற பாடல் வரிகளின் வாயிலாக உணவின் முக்கியத்துவத்தையும், பிறருக்கு உணவளித்தலின் சிறப்பினையும் எடுத்தியம்புகிறது. இதனையே வள்ளுவர் சிறந்த அறமெனக் கூறுவதை மேற்கண்ட கருத்துக்களின் மூலம் பண்பாடு என்பது தன்னுயிரைப் போன்று மன்னுயிரைக்காத்து, உற்றார் மற்றார் என எண்ணாது, இன்னார் இனியார் என நோக்காது, எவ்வுயிரிடத்தும் அன்புடன் வாழும் உலகத்தோடு ஒட்ட ஒழுகும் நிலையைக் குறிக்கின்றது.

விருந்தோம்பும் பண்பு

நம்மைத் தேடி வரும் விருந்தினரை இன்முகத்தோடு வரவேற்று உண்டி முதலியவற்றை அளித்து மிக்க அன்போடும், ஆர்வத்தோடும் அவர்களை உபசரிப்பது இல்வாழ்வார்க்குரிய தலைச்சிறந்த பண்பாடாகப் பழந்தமிழகம் போற்றியது. இல்வாழ்க்கையுடைய மகளிர்க்கு விருந்தோம்பி வாழ்வதே சிறப்புடையதாகக் கருதப்பட்டது. இல்வாழ்க்கையை மேற்கொண்ட மகளிர் முகமலர்ச்சியுடன் விருப்பத்தோடு விருந்தினரை வரவேற்று உபசித்தனர் என்பதை புறநானூற்று பாடல் சுட்டிக்காட்டுவதை,

“அமிழ்து அட்டு ஆனாக் கமழ் குய் அடிசில்
வருநர்க்கு வரையா வசை இல்வாழ்க்கை
மகளிர் மலைத்தல் அல்லது மள்ளர்” *(புறம்.10)*

என்ற பாடல் வரிகளின் வாயிலாக அமிழ்தத்தைச் சுவையால் வென்று உண்ண உண்ண அடங்காத, மணம் நிறைந்த தாளப்பினையுடைய உணவினை வரும் விருந்தினர்க்கு அளித்து மகிழும் குற்றமற்ற வாழ்க்கையை உடையவர்களாக அக்கால மகளிர் இருந்தனர் என்பதை அறியமுடிகின்றது.

கொடைப் பண்பு

பாணன் வாங்கி வந்த பொருளினை மனைவியிடம் கொடுத்து இப்பொருளை நின்னை விரும்பி வாழ்பவருக்கும், நீ விரும்பும் அன்பர்களுக்கும், உன்னுடைய உறவினர்களுக்கும் மட்டுமின்றி சுற்றத்தார் அனைவருக்கும் பசி தீரக்கொடு என்பதை,

"நின் நடந்து உறைஞர்க்கும் நீ நயந்து - உறைஞர்க்கும்
பன்மாண் கற்பின் நின் கிளை முதலோர்க்கும்
கடும்பின் கடும்பசி தீர யாழநின்
நெடுங்குறி எதிர்ப்பை நல்கி யோர்க்கும்

எல்லோர்க்கும் கொடுமி மனை கிழவோயே!" *(புறம்.163)*

என்ற புறப்பாடல் மூலம் கிடைத்த செல்வத்தை தான் மட்டுமே அனுபவிக்காமல் தன் உறவினர்களுக்கும் சுற்றத்தார்க்கும் கொடுத்து வாழ்ந்த அக்கால மக்களின் கொடைப்பண்பினை அறிய முடிகின்றது.

அகநானூற்றில் விருந்தோம்பல்

தமிழர் பண்பாட்டில் தலைசிறந்தது விருந்தோம்பல் பண்பே. விருந்தோம்பல் என்பது புதியவர்களை வரவேற்று உணவளித்தல். பசி என்று வந்தவர்களுக்கு உண்ண உணவு கொடுப்பதுதான் ஒரு சிறந்த பண்பாடாகும். அந்த வகையில் தமிழர் பண்பாட்டின் அடையாளச் சின்னங்களில் ஒன்றாகும். சிறப்பானதாகவும் விருந்தோம்பல் அமைகின்றது.

பரதவ மகள், நெல்லினது அரிசிச் சோற்றில் அயிரை மீனை விட்டு புளிக்கறியையும் கருவாட்டையும் உணவாக கொடுத்தாள் என்பதை,

"உப்பநொடைநெல்லின் மூரல் வெண்சோறு
அயிரை சூழ்ந்த அப்புளச் சொரிந்து
கொடுமீன் தடியொடு குறுமகள் கொடுக்கும்" *(அகம் - 60)*

என்ற பாடல் மூலம் மீனுக்குப் புளிஇட்டுச் சமைக்கும் வழக்கம் இருந்துள்ளதை அறியமுடிகின்றது. அக்காலத்து மக்களின் உணவு சமைக்கும் முறையையும் அவ்வப்போது பின்பற்றி வருகின்றோம் என்பதை அறியமுடிகின்றது.

"கள்ளொடு பயிறுபால் விரைஇ
அவிழ் மிதவை" *(அகம். 37)*

என்ற பாடல் வரிகளின் மூலம் கொள்ளும் பயறும் பால் சேர்த்து கூழ் போன்ற சமைத்தனர் என்பதை அறியமுடிகின்றது. கூழ் என்ற உணவுமுறை இன்றுவரை பழக்கத்தில் உள்ளதை அறியமுடிகின்றது.

ஆயின் இளைய எருதுகளின் கழுத்தில் கட்டியுள்ள மூங்கில் குழாயுள் புளிச்சேற்ற புதியவரின் காதடைப்பு நீங்க தேக்கிலையில் வைத்து பகிர்ந்தளித்தனர் என்பதை,

"வருவழி வம்பலர்ப் பேணி, கோவலர்
மழவிடைப் பூட்டிய குழா அய்த் தீம்புளி
செவிஅுடை தீர்த் தேக்கிலைப் பக்கும்" *(அகம்.311)*

என்ற பாடல் வரிகளின் மூலம் பசியில் காது அடைத்துவிடும் என்ற பேச்சு வழக்கில் கூறும் வழக்கத்தையும் குறிக்கிறது. 'பகுத்துண்டு பல் உயிர் ஓம்புதல்' என்ற வள்ளுவ மொழிக்கு ஏற்ப பகுத்து தேக்கிலையின் விருந்தோம்பல் படைத்ததை விளக்கி நிற்பதை அறியமுடிகின்றது.

புறநானூற்றில் விருந்தோம்பல்

தமிழர்க்கே உரித்தான விருந்தோம்பல், 'விருந்தினரை உபசரித்தல்' தமிழர்களுக்கே உரியத் தனிச்சிறப்பாக நெடுங்காலமாகப் போற்றப்படுவதை,

"நீர்இன்றி அமையா யாக்கைக்கு எல்லாம்
உண்டி கொடுத்தோர் உயிர் கொடுத்தோரே" *(புறம்.18(18-19)*

என்ற புறநானூற்றுப்பாடலின் வாயிலாக பிறர்க்கு உணவு கொடுத்தோர் உயிர்கொடுத்தோராகவே கருதப்படுகின்றனர்.

தமிழர்கள் விருந்து உபசரித்தலைத் தன் உயிரினும் மேலாகக் கொண்டிருந்ததைச் சங்க இலக்கியங்கள் வாயிலாக அறியமுடிகிறது, வீட்டிற்கு வரும் விருந்தினரைக் கணவன், மனைவி இருவரும் உபசரித்துச் சிறப்பு செய்வர்.

வீட்டிற்கு வந்த விருந்தினர்களை உபசரிப்பதற்கு வீட்டில் எதுவும் இல்லை. பொருளும் இல்லை எனவே தன்னிடமிருந்த வாளையும், இசைக்கருவியான யாழையும் பணயம் வைத்து விருந்தினரை உபசரித்ததாக (புறம். 316-5-8)இல் கூறப்பட்டுள்ளது.

ஐங்குறுநூற்றில் விருந்தோம்பல்

பண்பாட்டினைப் போற்றி வாழ்ந்த சங்ககால மக்கள் விருந்தோம்பலைத் தலையாய பண்பாகக் கொண்டனர் என்பதை,

> **“தெரியிழை அரிவைக்குப் பெருவிருந்தாக**
> **வல்விரைந்து கடவுமதி பாக! வெள்வேல்**
> **வென்றடு தானை வேந்தனொடு**
> **நாளிடைச் சேப்பின் ஊழியின் நெடிதே”**

என்று பாடல்வரிகளின் வாயிலாக இப்பாடல் வேந்துவிடு தொழிலிருந்து தலைவனை மிகவும் விரைவாக தலைவியிடம் சேர்க்கின்ற பாகனுக்குப் பெருவிருந்து அளித்து அவனைப் போற்றுகிறாள். விருந்துவரின் உவக்கும் முல்லை சான்ற கற்பு உடையவள் தலைவி என்று மகிழ்ந்து தலைவன் கூறுகிறான். இவற்றுள் பெருவிருந்து என்று சொல்லப்படுவது தன் இல்லத்தினை தேடி வருபவர்களுக்கு வயிறாற உணவினைக் கொடுத்து உபசரிப்பதே விருந்தாகக் கருதப்பட்டது. சுற்றத்தினர்களுக்கு மட்டுமின்றி மற்றவர்களுக்கும் விருந்து உபசரிக்கின்ற பண்பாடு இவர்களிடம் காணப்படுவதை அறியமுடிகின்றது.

குறிஞ்சிக்கலியில் விருந்தோம்பல்

மற்றவர்களுக்கு ஒன்று ஈதல் பண்பு அறங்களில் சிறந்த அறமாக கூறப்படுகிறது. இவ்விருந்தோம்பில் பண்பு

தமிழர்களிடம் பரம்பரைப் பரம்பரையாக மரபு சார்ந்த ஒரு செயலாக நடைபெற்று வருகின்றது. தம்மிடம் கேட்பவர்களுக்குச் செல்வர்களைக் கொடுக்காவிடினும் தாம் உண்ணும் உணவையாவது கொடுத்து உபசரித்தார்கள். விருந்தோம்பல் பண்ணப் பற்றி தமிழ் இலக்கண இலக்கியங்கள் மிகுதியாகப் பறைசாற்றுகின்றது என்பதை,

"--------இடும்பையால்
இம்மை உரைத்தார்க்கு, அது நிறைக்கல் ஆற்றாக்கால்
தன் மெய் துறப்பாள் மலை"

என்ற பாடல் வரிகளின் வாயிலாக வறுமையால் வாடி வந்து தம் இல்லாமையை அவனிடம் சொல்வார் சிலர். அதனைப் போக்கி அவரை நிறைவுடையவர் ஆக்குவர். அவ்வாறு இயலாமற் போனால் தன் உடலையே போக்கிவிடும் இயல்பை உடைய சிறப்பினை உடையவர்கள் சங்க கால மக்கள். எவரென்று அறியாத நிலையிலும் நீர் வேட்டையென்றுக் கேட்டவுடனே தாய் பொன்னாலான கலத்தில் நீர் கொடு என்ற தன் மகளிடம் உரைப்பதை,

"உண்ணநீர் வேட்டன் என வந்தாற்கு, அன்னை
அடர்பொன் சிரகத்தால் வாக்கிச் சுடர் இழாய்!
உண்ணுநீர் ஊட்டி வா என்றாள்"

என்ற பாடல் வரிகளின் வாயிலாக அவன் தலைவியைக் காண வந்தவன் என்று அறியாதவளாய்த் தாய் இருந்தாள். இவனுடைய செயலினால் மகள் கத்த தாய் வினவுகிறாள். அதற்கு நீர் குடிக்கும் போது விக்கினாள் என்றாள். உண்மையை அறியாத அன்னையும் அவனுடைய முதுகைத் தடவிக் கொடுத்தாள். இவ்வாறு சங்ககால மக்கள் விருந்தோம்பல் பண்பில் சிறப்புற்று விளங்கினர் என்பதை அறியமுடிகின்றது.

விருந்தோம்பல் பண்பாடு

உண்டி கொடுத்தோர் உயிர் கொடுத்தோர் என்று மணிமேகலை காப்பியம் இயம்புகின்றது. அத்தகைய உயர்ப்பண்பினை கலித்தொகை இலக்கியம் பகர்கின்றது.

அறியாதவர் ஆயினும் பசியோடும், தாகத்தோடும் வருபவர்க்கு வேண்டிய உணவையும், நீரையும் முக மலர்ச்சியோடு வழங்குவது ஒரு பண்பாகவே தமிழர்கள் நூற்றாண்டுகளாகப் போற்றினர். இல்லத்தில் இருக்கும் தலைவனும், தலைவியும் வீட்டிற்கு வரும் விருந்தினர்களை எதிர் கொண்டு முகமும் அகமும்மகிழ உபசரித்தனர். புறம். *333*" அன்றய விருந்தோம்பல் பண்பைப் படம் பிடித்துக்காட்டுகிறது. வீட்டில் வந்த விருந்தினரை உபசரிக்க வேண்டிய பொருள் இல்லாத நிலையில், வேளாண்மைக்கு வைத்திருந்த தினை வகைகளைப் பயன்படுத்தி சமைத்து விருந்து படைத்த பண்பு தமிழர்களின் பண்பாட்டை வெளிப்படுத்துகிறது.

"விரியுளைக் கலிமான் தேரொடு வந்த
விருந்தெதிர் கோடலின் மறப்பவென்றும்" *(கலி:75:16-17)*

என்ற கலித்தொகை பாடல் வரிகளின் வாயிலாக இல்லத்திற்கு வரும் விருந்தினரை முக மலர்ச்சியோடு எதிர் சென்று வரவேற்று உபசரித்து விருந்தோம்பும் பண்பை கலித்தொகை குறிப்பிடுவதின் வாயிலாக அறியமுடிகின்றது.

மனையாள் மாண்பும் பண்பாடும்

பண்டையப் பெண்கள் கணவனே கண் கண்ட தெய்வமாகப் போற்றி வாழ்ந்தனர். சுகம், துக்கம் இரட்டினும் கணவனுடன் இருப்பதையே இன்பமாகப் போற்றி வாழ்ந்தனர். செல்வக் குடும்பத்தில் பிறந்த தலைவி, தலைவனின் குடும்பத்தில் வறுமை வந்தபோதும், தன் குடும்ப வறுமையைப் பெற்றோர்க்கும் தெரியாமல் மறைத்து வாழ்வதே சிறந்த மனைவியின் பண்பாடென்று கருதினர். ஓர் ஆடையைக் கிழித்து இருவரும் உடுத்திக் கொள்ளும் வறுமை வந்துள்ள போதும் அன்பினால் ஒன்றி வாழ்வதே வாழ்க்கை என்பதை பின் வரும் கலித்தொகை பாடல் வரிகள் சுட்டிக்காட்டுவதை,

"ஓரே ஓகை தம்முள் மழீஇ ஓரோஓகை
ஒன்றன்கூ றாடை உடுப்பரே யாயினும்
ஒன்றினார் வாழ்க்கையே வாழ்க்கை" *(கலி.18: 9-11)*

என்ற பாடல் வரிகளின் வாயிலாக அறியமுடிகின்றது. மேலும் கணவனின் இன்பத்தில் மட்டும் பங்கு கொள்பவள் நல்ல மனைவியல்லள். அவன் துன்பத்திலும் இன்பம் காண்பவளே நற்பெண் என்பதனை ஒரு பெண்ணின் கூற்றில் வைத்துப் பெருங்கடுங்கோ பாடுவதை,

"அன்பறச் சூழாதே ஆற்றிடை நும்மொடு
துன்பம் துணையாக நாடின் அதுவல்ல
தின்பமும் உண்டோ எமக்கு" *(கலி:6: 9-11)*

என்ற பாடல் வரிகளின் வாயிலாக தலைவன் பொருள் தேட பிரியும் போது தன்னையும் உடன்கொண்டு செல்ல வேண்டிய மனைவியிடம் காட்டின் கடமையைக் கூறி மறுத்தான். அதற்கு மனைவி தலைவனுடன் சென்றால் துன்பமும் இன்பமாக மாறும் என்று கூறும் உள்ளப் பண்பை இப்பாடலின் வாயிலாக வெளிப்படுத்துவதை அறியமுடிகின்றது.

குருநெறி போற்றும் பண்பாடு

சங்க இலக்கியங்களில் ஆசானுக்கு (குருவிற்கு) காணிக்கை செலுத்துதல் என்பது குருவிடம் பயின்ற மாணவர்களின் பண்பாகும். அவ்வாறு குருவிற்கு காணிக்கை அளிப்பதன் மூலமே தான் கற்ற கல்வி முழுமையடையும், இச்செய்திகள் கலித்தொகைப் பாடல் வரிகளில் இடம் பெற்றுள்ளது. தனக்கோர் துன்பம் ஏற்படும் பொது உதவியவனுக்கு ஒரு துன்பம் வந்தால் உதவாதவன். தனக்கு கல்விக் கற்பித்த குருவிற்கு தன்பால் ஒன்று பெறாமல் மனம் வருந்த தன் கைப்பொருளை அக்கல்விக்கு கைமாறாக கொடுத்து உண்ணானாய் என்று கலித்தொகை கூறுவதை,

"கற்பித்தார் நெஞ்சமுங்கப் பகர்ந்துண்ணா விச்சைக்கட்"

(கலி:149:4)

என்ற பாடல் வரியின் வாயிலாக அறியமுடிகின்றது.

ஈகைப் பண்பாடு

செல்வத்து பயனே ஈதல் என்ற முதுமொழிக்கேற்ப செல்வத்தின் நிலையாமைப் பற்றியக் கருத்துகளை கலித்தொகை சிறப்பாக விளக்குகிறது. நிலையற்ற செல்வம் அடிக்கடி கைமாறிக் கொண்டிருப்பது. செல்வம் வந்து சேரும் காலத்தில் அதனைக் கொண்டாரைப் பெரிதும் இன்புறல் செய்யும். அதைப் போன்ற போகும் போதிலும் அவர் தம்மளவில் துயருருவதுடன் பிறரால் இகழ்ந்து பேசப்படும் துயரையும் தரும் என்பதை,

"மரீஇத் தாம்கொண்டாரைக் கொண்டக்கால் போலாது
பிரியுங்காற் பிறரெள்ளப் பீடின்றிப் புறமாறும்
திருவினுந் நிலையிலாப் பொருளையு நச்சுபவோ"

(கலி:8: 12-14)

என்ற பாடல் வரிகளின் வாயிலாக அறியமுடிகின்றது. எனவே செல்வத்தின் நிலையாமையை உணர்ந்த அறவுடையவர்கள் வரையாது வழங்குவர். செல்வத்தின் பயனே ஈதல் என்ற கொள்கையில் நிற்பதை,

'உணர்ந்தவர் ஈகைபோல் இணர் ஊழ்த்த மரம்' *(கலி 32:11)*

என்ற பாடல் வரியின் வாயிலாக ஈகையின் சிறப்பினை அறியமுடிகின்றது. பொருள் ஈட்டுவதன் நோக்கமே பொருள் இல்லாதவர்க்கு ஈகை செய்வதே என்பது அறிவுடையவர்களின் செயலாகும் என்பதை சங்ககால இலக்கியங்கள் வாயிலாக அறியமுடிகின்றது. செல்வத்து பயனே ஈதல் என்ற உயரிப்பண்பாட்டுடன் வாழ்ந்தனர் என்ற உயர்ந்த பண்பாட்டை கலித்தொகை பாடல் வரிகளின் வாயிலாக அறியமுடிகின்றது.

நற்றிணை காட்டும் பண்பாடு

பண்பாடு என்பதற்கு அழகான விளக்கத்தினை கொடுக்கிறது. உலகில் உண்மையான செல்வம் பொருட்செல்வம் அன்று. தானும் நல்வாழ்வு வாழ்ந்து தன்னைச்

சார்ந்தவரும் நல்வாழ்வு வாழவேண்டும்; அவருக்கு உண்டாகிய துன்பத்தைத் தனக்குற்ற துன்பமாகக் கொண்டு உள்ளம்உருகும் பண்பாடே உண்மைச் செல்வம் என்று போற்றுவதை,

‘நெடிய மொழிதலும் கடிய ஊர்தலும்
செல்வம் அன்றுதன் செய்வினைப் பயனே
சான்றொர் செல்வம் என்பது சேர்ந்தோர்
புண்கண் அஞ்சும் பண்பின்
மெண்கண் செல்வஞ் செல்வமென்பதுவே’ *(நற்.210)*

என்ற பாடல் வரிகளின் வாயிலாக அறியமுடிகின்றது.

உயிர்களை மதிக்கும் பண்புகள்

தான் பிறப்பதற்கு முன்பிருந்தே தன் தாய் வளர்த்த புன்னை மரத்தினை தன் தங்கையாக கருதுகின்ற உயரிய பண்பாட்டினை நற்றிணை பாடல் உணர்த்துதை,

“நும்மினும் சிறந்தது நுவ்வை யாகுமென்று
அன்ன கூறினாள் புன்னையது சிறப்பே
அம்ம நாணுதும் நும்மொடு நகையே” *(நற்.172)*

என்ற பாடலடிகளின் வாயிலாக தலைவி, தன் தங்கையாகிய புன்னை மரத்தின் கீழ் தலைவனோடு நகையாடுதலை தவிர்க்கிறார். இங்கு ஓரறிவு உயிரினை உடன் பிறப்பாக பார்க்கும் தலைவியின் உயரிய உள்ளம் புலப்படுகின்ற உயர்ந்த பண்பாட்டினை இப்பாடல் வரிகளில் உணர்த்துகின்றன.

தீமை செய்வோரையும் மன்னிக்கும் பண்பு

பிறர் தீமை செய்வதை நேரில் கண்ட பெரியோர்கள் அவர்கள்மீது சினம் கொண்டு அவர்களை கடிந்து கொள்ளாமல், தீமை செய்தவர்களே அதனை உணர்ந்து திருந்துவார்கள் என்று பொறுத்திருப்பார்கள். இங்கு தலைவன் வரைவு நீட்டித்ததால் ஆற்றாமையோடு இருக்கும் தலைவியிடம் அவன் விரைந்து சேருவான் என்று தோழி தெளிவுபடுத்த முயல்கிறார்.

தலைவியைப் பார்த்து,

"தீமை கண்டோர்திறந்தும் பெரியோர்
தாம் அறிந்து உணர்க என்பதமாதோ"

என்ற பாடல் வரிகளின் வாயிலாக கூறுகிறாள்.

தீமையே முழுமையான இயல்பாகக் காணப்படுவாராயினும் தாம் அவர்களின் கூறுபாடுகளை முழுமையாக ஆராய்ந்து அறிந்த பின்னரே அவரைத் தீயவரென உணர்தல் வேண்டும் என்று சான்றோர் கூறுவார்கள். தலைவன் வராமல் இருப்பது காரணம் இல்லாமல் இருக்காது என்று கூறி தான் மன்னிக்கும் மனநிலைமை வெளிப்படுத்துகின்றாள் என்பதை அறியமுடிகின்றது.

நஞ்சும் உண்பர் நனிநாகரீகர்

அன்பாக உலகத்தோடு இணைந்து வாழ்கின்ற போது பிறர் செய்கின்ற பெருந்தீங்கினையும் மறந்து வாழ்கின்ற பண்பு வளருகின்றது. அவன் நஞ்சு வைத்தாலும் நாம் அதை நஞ்சு என உணர்ந்ததை அவன் அறிவானாயின் அவன் உள்ளம் நடுங்குமோ என்றெண்ணி அவனுக்காக அந்த நஞ்சையும் உண்பதே நாகரீகமாகும். இதனை வள்ளுவர்,

"பெயக்கண்டும் நஞ்சுண் டமைவர் நயத்தக்க
நாகரீகம் வேண்டு பவர்"   (திருக். 580)

என்று குறிப்பிடுகின்றார். இக்கருத்தினை அகப்பொருள் சுவை ததும்ப நற்றிணைப் புலவர் சிறப்பாக கூறியுள்ளார். தலைவன் வரைவு நீட்டித்தபோது தலைவியின் ஆற்றாமை உணர்ந்த தோழி தலைவனிடம், சிறந்த பண்பாடுள்ளவர் தன் கண்முன்னே நஞ்சைக் கலந்து நண்பர் கொடுத்தாலும் தன்னுடைய நட்பு கெடாதிருக்கும் பொருட்டு அந்த நஞ்சையும் உண்பர். நீ தலைவியை விரும்பி அடையாவிட்டாலும் என்னிடம் கொண்ட நட்பிற்காகவாவது தலைவியைத் திருமணம் செய்துகொள் என்பதை,

"முந்தை இருந்து நட்டோர் கொடுப்பின்
நஞ்சும் உண்பர் நனிநா கரிகர்" *(நற்.255)*

என்ற பாடலின் வாயிலாக அறியமுடிகின்றது. உயிரை விட இந்த உலகில் வேறு எதுவும் இல்லை. ஆனால் நட்பிற்காக அந்த உயிரையே கொடுக்கும் பழந்தமிழ் பண்பாடு போற்றத்தக்கதாக அமைந்துள்ளதை அறியமுடிகின்றது.

விருந்தோம்பல்

சங்ககால மகளிர் விருந்தோம்பலை வாழ்வின், முதன்மையானக் கடமையாக கருதினர். 'விருந்தோம்பல்' என்பது தமது இல்லம் வருபவர்களை இன்முகத்துடன் வரவேற்று, இனிய மொழிகள் பேசி, உபசரித்துப் போற்றும் உயரிய பண்பாகும். விருந்தினரைக் கண்டால் முகமலர்ந்து வரவேற்கும் பண்பை,

"எமக்கே வருகதில் விருந்தே சிவப்பாள் அன்று
சிறியமுள் எயிறு தோன்ற
முறுவல் கொண்ட முகங்காண் கம்மே"

(நற். பாடல் எண் 120)

என்கிறது நற்றிணை. இப்பாடலில் தலைவியின் ஊடலை விருந்து மூலம் தீர்த்த தலைவன் தன் நெஞ்சிடம், தலைவி ஊடல் கொண்டு சமையல் கூடத்தில் உள்ளாள். இப்போது விருந்தினர் என்னோடு வந்தாள் அவள் கண்கள் சினத்தால் சிவக்காது. சிறிய முள் போன்ற பற்கள் தோன்ற அவளது புன்னகையை நாம் கண்டுகளிப்போம் என்கிறான். மேலும்,

"..........குன்னூர் அன்னான்
நல்மனை நனிவிருந்து அயரும்
கைத இன்மையின் எய்தாம் மாறே" *(நற்.பாடல் எண் 280)*

என்ற பாடல் வரிகளின் வாயிலாக தலைவி தன் மனைக்கு வரும் விருந்தினரை உபசரித்தலில் கையொழியாமையால் தலைவனுடன் ஊடல் மேற்கொள்ளவும் நேரமில்லை என்று பரணர் குறிப்பிடுகிறார்.

“எல்லி வந்த நல்லிசை விருந்தினர்க்குக்
கிளரிழை அரிவை நெய்துழந்து சுட்ட” *(41)*

என்ற பாடல் வரிகளின் வாயிலாக வந்த விருந்தினருக்கு நெய்விட்டுப் பொரித்த கொழுத்த தசையை தலைவி சமைத்தாள் என இளந்தேவனார் உரைக்கின்றார். இவற்றின் மூலம் பண்டைத் தமிழர் விருந்தோம்பலில் கொண்ட ஆழ்ந்த ஈடுபாட்டினை உணர முடிகின்றது.

சான்றோர் பண்புகள்

பண்டைத் தமிழர்கள் உலகோர் பின்பற்ற வேண்டிய பல உயரிய பண்பு நலன்கள் உடையவராக வாழ்ந்துள்ளனர் என்பதை,

“சான்றோர் செல்வம் என்பது சேர்ந்தோர்
புண்கண் அஞ்சும் பண்பின்
மென்கட் செல்வம் செல்வம் என்பதுவே” *(நற். 210)*

என்ற பாடல் வரிகளின் வாயிலாக தன்னிடம் அடைக்கலமாகச் சேர்ந்தோரது துன்பத்தை நினைத்து அஞ்சி அதனை நீக்குதலும் அவரைக் கைவிடாமல் காக்கும் இனிய தகமையும் ஆகியவைதாம் செல்வம் எனப்படும். இப்பண்புகளையே சான்றோர் செல்வம் என உயர்த்தி கூறினர் என்று நற்றிணைப் பாடலின் வாயிலாக அறியமுடிகின்றது.

புறநானூறு காட்டும் பண்பாடு

மனித நேய வெளிப்பாடு செயலுக்கு வருவது பசியென வருபவருக்கு உணவளித்தலினால் ஏற்படுவதாகும். பழந்தமிழகத்தில் விருந்தோம்பல் சிறந்த பண்பாடாக அமைந்தது. “பசி வந்திடப் பத்தும் பறந்து போம்” என்பர். இதனை அடிப்படையாகக் கொண்டு புறநானூற்று ‘உண்பது நாழி உடுப்பவை இரண்டே’ என்று கூறுகிறது.

“தென்கடல் வளாகம் பொதுமை இன்றி
வெண்குடை நிழற்றிய ஒருமை யோர்க்கும்

> உண்பது நாழி உடுப்பவை இரண்டே
> பிறவும் எல்லாம் ஓர் ஒக்குமே" (புறம் 189:1-6)

என்ற பாடல் வரிகளின் வாயிலாக நம்மிடம் இருப்பதை மற்றவர்களுக்கு கொடுத்து உதவ வேண்டும் இல்லாதவர்களுக்கும் இயலாதவர்களுக்கும் கொடுப்பதே சிறந்த விருந்தோம்பல் பண்பாடாகும் என்பதை அறியமுடிகின்றது.

உலக வாழ்வியல் நிலை

உலக வாழ்வு உயர்ந்தோரை அடிப்படையாகக் கொண்டுள்ளது. நல்ல சான்றோர்கள் எப்படி இருக்கிறார்களோ, அதன்படியே மக்களும் வழி நடப்பார்கள். நாம் படும் இன்பமும் துன்பமும் நம்மால் வரக்கூடியது அதனை உணர்ந்து செயல்பட்டால் இன்ப வாழ்வினை மனிதன் அடையலாம் என்பதனை புறநானூற்று பாடல் மிகவும் தெளிவுபட எடுத்து இயம்புவதை,

> "யாதும் ஊரே யாவரும் கேளிர்
> தீதும் நன்றும் பிறர்தர வாரா
> சாதலும் புதுவதன்றே வாழ்தல்
> பெரியோரை வியத்தலும் இலமே
> சிறியோரை இகழ்தலும் அதனிலும் இலமே" (புறம்.192)

என்ற பாடல் வரிகளின் வாயிலாக உலகியல் வாழ்வானது எப்படி மனிதனை வழிநடத்துகிறது என்பதை நமக்கு நினைவுப்படுத்துகிறது.

விருந்தோம்பல்

சங்க கால மக்கள் பெரிதும் போற்றிய அறங்களுள் ஒன்று விருந்தோம்பல் பண்பாகும். புதியது, ஓம்புதல், போற்றுதல், நம்இல்லத்திற்குப்புதியவராக வந்தவர்களை இன்முகத்துடன் வரவேற்று, அவர்களின் அகம் மகிழுமாறு உணவினை அளிப்பது விருந்தோம்பலாகும். சங்க கால மக்கள் சாகாவரம்

அளிக்கும் அமிழ்தத்தினைப் பெற்றாலும், அதனை அனைவருக்கும் பகிர்ந்து அளித்தனர் என்பதனை,

"உண்டாலம்ம இவ்வுலகம் இந்திரர்
அமிழ்தம் இயைவது ஆயினும் இனி எனத்
தமியர் உண்டலும் இலரே முனிவலர்"

என்ற புறநானூற்றுப் பாடலின் வாயிலாகவும்,

"விருந்து புறத்தாக் தானுண்டல் சாவா
மருந்தெனினும் வேண்டற்பாற் றன்று"

என்ற குறளின் வாயிலாகவும் அறியமுடிகின்றது. இத்தகைய பண்புடைய மறவர்கள் தாம் வேட்டையாடியப் பன்றியின் தசைகள் இட்ட வெண்சோற்றுக் கட்டியினைத் தான் மட்டும் உண்ணாது பாலை வழியில் வந்தவர்க்கெல்லாம் வரையறாறு வழங்கினர் என்பதை,

"எயினர் தந்த எய்ம்மான் எறி தசைப்
பைஞ்ஞிணம் பெருத்த பசுவெள்ளமலை
வருநர்க்கு வரையாது தருவணர் சொரிய"

என்ற பாடல் வரிகளின் வாயிலாக அறியமுடிகின்றது.

9. உளவியல் கோட்பாடுகளும், சங்க இலக்கியமும்

முன்னுரை

அறிவியல் துறைகளுள் ஒன்றாகிய உளவியல் துறை, அறிவியல் முறைகளைத் தேவைப்படும் அளவிற்குத் தகுந்த இடங்களில் பயன்படுத்திக் கொண்டுள்ளது. ‘உளவியல் என்பது உளவாழ்வின் அறிவியல்’ என்று சுட்டுமளவிற்கு வளர்ச்சி அடைந்துள்ளது. இத்தகு வளர்ச்சி மானுடவாழ்வின் ஒவ்வொரு அசைவிலும் அர்த்தப்படுத்தப்படுமளவுக்கு எங்கும் நீக்கமற நிறைந்திருக்கின்றது. மனித வாழ்வின் ஒட்டுமொத்தமான வெளிப்பாடுகள் அனைத்திற்கும் மனமே காரணியாக அமைவதால் அந்த மனத்தில் தோன்றுகின்ற எண்ணங்கள். ஆக்கம் தருபவை என்றும், அழிவைத் தேடுபவை என்றும் பிரித்தறியத்தக்கவை. உலகத்தின் ஒவ்வொரு அசைவுகளையும் உற்றுநோக்கி அந்த அசைவுகளின் எதார்த்தமான உண்மைகளை அப்படியே வெளிப்படுத்திக் காட்டுவது இலக்கியத்தின் போக்காகும். ஒவ்வொரு கால கட்டத்திலும் தோன்றும் இலக்கியங்கள் அவ்வக்காலங்களில், அந்தந்த சமுதாயங்களில் நிகழும் சமகால நிகழ்வுகளைப் படம்பிடித்துக் காட்டுகின்றன.

நடைமுறை வாழ்வியல் என்பது இலக்கியப் படைப்பாளிக்கு “படைப்புக்களம்” அமைத்துக் கொடுத்து அவனையும் அவனுடைய படைப்பையும் இம்மண்ணில் காலங்கடந்து நிலைபேறாக்கம் அடைவதற்கு வழிகாட்டுகின்றது. அன்றைய காலகட்டத்தில் சங்க இலக்கியமானது தனித்தன்மையோடும், உலகளாவிய உன்னத நோக்குடனும், எதிர்காலவியல் சிந்தனையுடனும் இச்சமுதாயத்தில் பல்வேறு கருத்தாக்கங்களை அறிவுறுத்திக் கொண்டு தன் பயணத்தைத் தொடர்ந்துள்ளது. இத்தகு சங்க இலக்கியத்தில் உளம் சார்ந்த சிந்தனைகளுக்கும், உணர்வுகளுக்கும் மதிப்பளிப்பதையும், சமுதாய மாற்றத்திற்கு

வித்திவதையும் உளவியல் அடிப்படையில் ஆராயும் இவ்வாய்வில் உளவியல் கோட்பாடுகளும் சங்க இலக்கியமும் என்னும் தலைப்பில் இப்பகுதி அமைகின்றது.

உளவியல் சொல் விளக்கம்

"உளவியல் மனிதர்களின் நடவடிக்கைகளை ஒழுங்குமுறையாக அறிகின்ற ஓர் அறிவியல், உளவியல் பல துறைகளை உடைய அறிவியலாகும். எல்லாத் துறைகளிலுமே அதனுடைய முக்கிய நோக்கம் மனிதர்களின் நடத்தையை முழுமையாக ஆய்வதாகும்." (மு.இராசமாணிக்கம், உளவியல் துறைகள், இரண்டாம் தொகுதி. ப.1)

'சைக்' (Psyche) என்ற கிரேக்கச் சொல் ஆன்மாவைக் (Soul) குறிக்கும். லாகாஷ்" (Logos) என்ற கிரேக்கச் சொல் அறிவு அல்லது ஆ்யவு, என்று பொருள்படும். எனவே 'Pshychology' என்ற ஆங்கிலச் சொல் அதாவது கிரேக்கச் சொற்களின் கூட்டு வடிவமானது ஆன்ாவைப் பற்றியது என்றும் மனத்தத்துவத்தைப் பற்றியது என்றும் குறிப்பிடுவர். (S.K.Mangal, General Psychology. P.1)

மனிதனின் எண்ணத்திற்குத் தோற்றுவாயிலாக அமைந்து இருப்பது மனம். மனிதமனமான உள்ளம் பற்றிய அறிவியல் ஆராய்ச்சியை 'உளவியல்' என்பர். உளவியல் மனித நடத்தையையும் ஓர் அனுபவத்தையும் அறிவியல் முறையில் ஆராய்வதாகும் என வரையறுப்பர்.

உளவியல் நடத்தை என்பது தூண்டல்களால் தோற்றுவிக்கப்படுகின்ற துலங்கல்களைக் குறிக்கும். ஒருவரின் உடல் இயக்கத்தையோ அல்லது செயலையோ தொடங்கச் செய்யும் ஆற்றலையும் உடலுக்குள்ளிருந்தோ அல்லது புறச்சூழ்நிலையிலிருந்தோ தோன்றும். நடத்தை ஓர் உயிரியின் பல நிலைப்பட்ட துலங்கல்களைக் (Responses) குறிக்கும் சொல்லாகும். இத்துலங்கல் என்பது தூண்டல்களினால் ஏற்படும் விளைவாகும். (எஸ்.சந்தானம் கல்வி உளவியலும்

கல்விச் சமூகமும். ப.3) என்ற உளவியல் கருத்து இங்கு ஒப்புநோக்கத்தக்கது.

பிறரால் அறியக்கூடிய உடலியங்கங்கள் மட்டுமின்றிச் சித்தித்தல், பொருள் காணல். உணர்ச்சிவயப்படுதல் போன்ற உள்ளார்ந்த செயல்களை உள்ளடக்கியது நடத்தையாகும். "மனிதமனச் செயல்பாடுகள் குறித்து வெளிப்படும் குணம், நடத்தை ஆகியவைகளை ஆராயும் அறிவியல் துறை உளவியல்" (க்ரியா அகராதி, ப.156) என்று உளவியல் பற்றி அகராதி விளக்கம் தருகிறது.

மனித மனத்தின் எண்ணங்களையும், நடத்தைகளையும், ஆராய்வது 'உளவியல்' எனப்படும். மனிதனின் நடத்தையை நிர்ணயிப்பதில் அவனது நனவு உள்ளத்தை விட நனவலி உள்ளம் பெரும் பங்கு வகிக்கிறது. உளவியல் மனிதனின் நடத்தயை அறியும் ஒரு விஞ்ஞானவியலாகும். "மனிதனின் நடத்தையானது குறித்த சூழ்நிலைத் தூண்டல்களினால் ஏற்படுவதன் காரணமாக சூழ்நிலை மனிதனின் நடத்தையை அறியவும் விவரிக்கவும் முக்கியமாக அமைகின்றது." (சி.இ.மறைமலை, இலக்கியமும், இலக்கிய உளவியலும், ப.2) எனக் கருதுபவரும் உண்டு.

"மனித உள்ளம், உள்ளத்தைத் தன்னகத்தே கொண்ட உடல், இவ்வுடலில் தோன்றும் உணர்வுகள் அவ்வுணர்ச்சிகளின் வெளிப்பாடாக அல்லது வடிகாலாகத் திகழும் நடத்தை ஆகியவற்றை உள்ளடக்கியது உளவியல்" (செ.சாரதாம்பாள். இலக்கியமும் உளவியலும், ப.2) என்னும் கூற்று காணத்தக்கது.

உளவியல் மனிதனின் செய்கைகள், புலனுணர்ச்சிகள் நடவடிக்கைகள் ஆகியவற்றை அறிய உதவும் ஓர் அறிவியலாகும். மனிதன் தன்னை அறியாமல் அல்லது ஒரு துன்பகரமான சூழலில் இருந்து தப்பிக்கும் அல்லது தவிர்க்கும் பொருட்டுப் பல காரணங்களைத் துணைக்கு அழைத்துக் கொள்ளும் போது செயல்பாட்டிற்கான காரணத்தை அறிய முற்படுவது உளவியல் எனப்படும்.

மனிதனின் ஒட்டுமொத்தச் செயல்பாடுகளையும் அதற்கான காரண, காரியங்களையும் கண்டு ஆராயும் ஓர் அறிவியல் துறை உளவியல் எனத் துணியலாம்.

உள்ளம் பற்றிய உளவியல்

மனிதனின் ஐம்பொறிகளால் செயல்படும் ஒட்டுமொத்தக் கூட்டுக்கலவையை ஆராயும் அறிவியல் பார்வைக்கு "உளவியல்" என்று பெயர். "உளவியல் என்பது உள்ளத்தை ஆராய்ந்து அறியும் விஞ்ஞானம்" என எச்.சி.வாரன் குறிப்பிடுகின்றார்.

1. உள நிகழ்ச்சிகள் அல்லது உளச் செயல்களைப் பற்றி ஆராயும் விஞ்ஞானம்.
2. மனிதனுடைய நடத்தையை ஆராயும் விஞ்ஞானம்.
3. தனிமனிதனுடைய உள்ளம் பற்றிய விஞ்ஞானம்.

(கலைக்களஞ்சியம் தொகுதி எண். 2. ப.30)

மனிதன் உலகில் தோன்றிய காலத்திலேயே 'உளவியல்' பற்றிய சிந்தனையும் எழத் தொடங்கிவிட்டது. பேச்சுக்கலையில் அவன் மழலையாக இருக்கும்போதே தன்னிடம் தன்னையும் மீறிய ஏதோ ஒன்று இருப்பதனையும் உணர்ந்திருப்பான். தான் ஓரிடத்தில் இருக்கத் தன் சிந்தனை வேறோர் இடத்தில் பற்றிக் கொண்டிருப்பதை அறிய முற்பட்டபோதே 'உளவியல்' தொடங்கி விட்டது. "உளவியற் சிந்தனை உருவானாலும் தனித்துறையாய் ஒளிர ஆண்டுகள் ஆயிரம் ஆயிரமாய்க் கடந்து விட்டன. கனவுகளும், கற்பனைகளுமே, ஆன்மா அல்லது மனம் பற்றிய சிந்தனை வளத்தை மேலும் வளப்படுத்தியிருக்கும்.

உளவியலின் தோற்றம்

மனிதர்களுடைய செயல்களின் தன்மைகளையும் அனுபவங்களையும், நோக்கங்களையும் அறிய முற்பட்டபொழுது உளவியல் தோன்றியிருத்தல் வேண்டும்.

அரிஸ்ட்டாட்டில் எழுதிய "ஆன்மாவின் இயல்புகள்" என்ற நூலே உளவியல் சிந்தனையின் முதல் நூல் என்ற பெருமைக்கு உரியது என்பார் செ.சாரதாம்பாள் (இலக்கியமும், உளப்பகுப்பாய்வும், ப.1)

அரிஸ்ட்டாட்டிலுக்குப் பின் வந்த டெஸ்கார்ட் என் பிரஞ்சு அறிஞர் உள்ளத்தின் இயல்புகளை எடுத்துக்கூறி வந்தார். இவ்வாறு உளவியல் வளர்ச்சி பெறத் தொடங்கியது. "உளவியல் முதல் முதலில் ஜெர்மனி நாட்டில் 1879-ஆம் ஆண்டு வப்சிக் என்ற நகரத்தில் 'வுண்ட்' என்பவரால் தோற்றுவிக்கப்பட்டது. இவர்தான் உளவியலை ஆராய்ச்சி வழி செயல்படத் தொடங்கிய பெருமைக்குரியவர். "கி.பி.19 ஆம் நூற்றாண்டின் தொடக்கத்தில் 'பென்சிஸ்காலின்' என்பவர் உளவியல் ஆய்வினை மேற்கொண்டார்.

இவரைப் போன்று கார்வில் ஜேம்ஸ் என்ற அமெரிக்கர். மனித மனங்களின் எழுச்சியை ஆய்வு செய்தார். இவரே இக்கால உளவியலின் தந்தை என அழைக்கப்படுகின்றார்.

இன்று பல்கலைக்கழகங்கள் உளவியலைத் தனியொரு விருப்பப் பாடமாகப் பாடத்திட்டத்தில் சேர்த்துள்ளன. இலக்கியப் படைப்பில் மாந்தரின் உளநிலைகள், எண்ணங்கள், செயலுக்கான காரணங்கள், படைப்பாசிரியரின் உளநலம் ஆகியவற்றின் அடிப்படையில் உளவியல் நோக்கில் ஆய்வுகள் நிகழ்த்தப்பெறுகின்றன.

உள்ளமுறிவு

உளநலச் சிக்கல்கள்

"மனநலம் மன்னுயிர்க்கு ஆக்கம்" என்றார் திருவள்ளுவர். 'திருக்குறள், சிற்றினம் சேராமை எண்.457) உளநலத்தை உருவாக்கிப் பாதுகாத்தல் எளிய செயலன்று. உடலின் தேவைகள் நிறைவதால் மட்டும் உள்ளம் நிறைவுற்று விடுவதில்லை. டாக்டர் மு.வரதராசன், 'உள்ளத்தின் தேவைகளே மக்களின் வாழ்க்கையில் கவலைகளை

வளர்க்கின்றன; உள்ளத்தின் அமைதியும் தெளிவுமே மக்களுக்கு உண்மையின்பம் தருகின்றன" எனக் கூறுவது நினையத் தகும் (மு.வரதராசன், கவிஞர் தாகூர் ப.70)

நலமான உள்ளம் பெற்ற மனிதன் தன்னுள் நிறைவும் ஒத்திசைவும் பெற்றிருப்பான். சமூக நல்லிணக்கம் அவனது நடத்தையின் பொதுப் போக்காக இருக்கும். உளவியலார் 'உள்ளும் புறமும் ஒத்து வாழ்வதே நல்ல ஆளுமையாகும்' என்பர். (திருமதி. ஐ.மனுவேல், உளச்சுகாதாரம், கலைக்களஞ்சியம் - தொகுதி இரண்டு, ப.373). தன்னளவில் முரண்பாடுகள் அற்ற ஒத்திசைவும் சமூக அளவில் நல்லுறவான இணக்கமும் உளநலத்தின் இருபெரும் கூறுகள் எனலாம். இப்பொருத்தப் பாட்டினைச் சிதைக்கும் சிக்கல்களை உளவியலார் மூவகைப் படுத்துவர். ("Problems of adjustments can be classified al srustratioins, Conflicts and pressures" James C.Coleman, psychology and Effective Behavior, P.176)

1. உள்ள முறிவு (Frustration)

2. உள்ளப் போராட்டம் (Conflict)

3. உள்ள இறுக்கம் (Pressures)

சங்க இலக்கியத்தில் உள்ளம் முறிந்து இறுக்கம் உற்றுத் தவிக்கும் சூழல்கள் பல இடம் பெற்றுள்ளன. அறிஞர் ஒருவர், "உண்மையொடு உறவாடிய பல சங்கப் புலவர்களால் நம் பண்டை நிலை, நம் முன்னோர் பழக்க வழக்கங்கள், வாழ்க்கைப் போராட்டங்கள், இடர்ப்பாடுகள், அவற்றை ஆட்கொண்ட விதம் ஆகியவற்றை அறிகிறோம்" (நெ.து.சுந்தரவடிவேலு, அணிந்துரை, சங்க இலக்கியத்தில் நெய்தல் நிலம், தி.முத்து கண்ணப்பன், ப.11)

வரையறை

உள்ள முறிவு என்பது விரும்பிய இலக்கினை அடைவதில் நேரும் தடைகளாலோ குறுக்கீடுகளாலோ நேரிதான குறிக்கோள் ஒன்று இன்மையாலோ விளைவதாகும். என உளவியலாளர்

விளக்குவர். (Frustration is the result at the thwarting of a movit either by some obstacle that blocks or impedes our progress toward a desired goal or by the absence of an appropriate goal object" - James C.Coleman. Pshychology and Effective Behavior, P.176)

ஓர் அழுத்தமான தேவையும் அதனை எய்தி நிறவுற இயலாத உணர்வும் உடனியையும் போது நேரும் அனுபவமே உள்ளமுறிவு என்று பிரித்தானிக் கலைக் களஞ்சியம் வரையறுக்கின்றது.... Frustration is expenience of strong need accompanied by a sense of being prevented from satisfying" it - Norman Alexandr Cameron, Psychology - Abnormal, Encychopaedia Brittennicc, Vol. 18, P.749) *ஆசை நிறைவேறாமலோ நிறைவேறுதற்குத் தடை ஏற்பட்டோ இருக்கும் நிலைமை மனமிடிதல் என்பது ஓர் உளவியலாளரின் எளிமையான விளக்கம் ஆகும். (திருமதி. ஆர்.ஐ. பெட்போர்டு மனமிடிதல் கலைக் களஞ்சியம் தொகுதி எட்டு, ப.198) இக்கருத்துக்களைத் தொகுத்துக் கருதினால் எண்ணிய எண்ணியாங்கு எய்த இயலாத நிலையில் உள்ள முறிவு நேர்கிறது எனச் சுருங்கக் கூறலாம்.*

வாழ்வியல்பு

எண்ணம் பழுதானால் ஏக்கம் வருகின்றது; உள்ளம் உடைகின்றது. கோப்பெருஞ்சோழன் கூறுவது போல 'யானை வேட்டுவன் யானையும் பெறுமே குறும்பூழ் வேட்டுவன் வறுங்கையம் வருமே" (கோப்பெருஞ்சோழன் புறம் 214-4-5) என்பது உலகியற்கையாக உள்ளது. "இன்பமே எந்நாளும் துன்பமில்லை" என்பது மனிதனின் நோக்கமாகும். (திருநாவுக்கரசர், மறுமாற்றத் திருத்தாண்டகம் 1:3) மனிதருள் "இடும்பை யாவரும் அறியா இயல்பினர்" மிக அரிதானவரே ஆவார். (நக்கீரர், திருமுருகாற்றுப்படை 135-136)

இன்பமும் இடும்பையும் பணர்வும் பிரிவும்
நன்பகல் அமையமும் இரவும் போல

வேறுவே றியல ஆகி மாறெதிர்ந்து

(மருங்ககூர்ப் பாசைச்சாத்தம் அகம், 327.1-3)

இன்பமும் துன்பமும் விரவிய நிலையே வாழ்வியல்பாக உள்ளமையை இப்புலவர் உவமை நயம்படக் கூறியுள்ளதை அறியமுடிகின்றது. மனிதனின் தேவைகளும் வேட்கைகளும் உடனடியாக நிறைவேறி விடுமானால் வாழ்க்கை எளிமையாகிவிடும். "நன்னர் நெஞ்சத் தின்னசை வாய்ப்ப" *(நக்கீரர் திருமுருகாற்றுப்படை. 65)*

வாழ்தல் எளிதில் இயல்வதில்லை, வேட்கை ஒன்று வெற்றியாகிக் கனியும் முன்னே தப்புவன பலவாகும்; தடையாகிக் குறுக்கிடுவன மிகப் பலவாகும்.

மருதனிள நாகனாரின் பாட்டு ஒன்றில், தாய்க்கழுகு தன் பிள்ளைக்கு ஊட்டிய இறைச்சித் துண்டு நரிக்கு உணவாகிவிடும் நிகழ்ச்சி உள்ளது.

அருக்கவட் டுயர்சினைபிள்ளை ஊட்ட
விரைந்துவாய் வழுக்கிய கொழுங்கண் ஊன்தடி
தொல்பசி முதுநரி வல்சி ஆகும்

(மருதனிள நாகனார், அகம். (93-8-10)

கைக்கும் வாய்க்கும் இடையில் தவறித் தவிர்வன பலவாகும். இங்கே வாய்க்கும் வாய்கிடும் வழி வழுக்கியது. தாய்க் கழுகிற்கும்ட குஞ்சுகளுக்கும் திண்டாட்டமான ஒன்று முதுநரிக்குக் கொண்டாட்டமாகியது. இவ்வாறு உள்ளத்தைச் சலிக்க வைக்கும் நிகழ்ச்சிகள் மனித வாழ்விலும் நேர்தல் உண்டு. எனவே

"கையகத் ததுஅது
பொய்யா காதே" *(ஔவையார், புறம்.101:8)*

என முழுமையாக நம்புதற் கில்லை.

எளிய முறிவுகள்

வாழ்க்கை எப்போதும் சிக்கல் நிரம்பிய

பெரும்பாடாகவும் இருப்பதில்லை. அன்றாட நடைமுறை வாழ்வில் மனிதனுக்கு நேரும் மன நெருக்கடிகள் பெரும்பாலும் சிற்றியலானவையாகவும் எளிமையாகவும் உள்ளன என்பதை உளவியலார் உணர்த்தி உள்ளனர். (Most of the Stress situations we excounter in everday life are minor and relatively easy to cope with"- James C.Coleman - Pshychology and offective Behavior. P.175).

தலைவனின் மணக்கோலம் காண விரும்பிய தலைவி. நாணத்தால் கண்களைப் புதைக்கிறாள். தோழி, "**மணவணி காணாமல் கையால் புதைபெறூஉம் கண்களும் கண்களோ**" என வினவுகிறாள். (கபிலர். கலித்தொகை. 39, 41-42) ஆசையும் நாணமும் மோதும் போது நாணம் ஆசையைத் தருகிறது. உள்ளத்தின் வேட்டைக்கு அதே உள்ளத்தின் வேறோர் இயல்பு தடையாகிறது. இதே பாட்டில் தலைவி நீராடும் போது வெள்ளமிகுதி நேர்தலால் அச்சத்தில் "**தாமரைக் கண் புதைத்தஞ்சி**" நீரோடு மிதக்கிறாள் (கபிலர் கலி. 39,2) ஆகவே கண்ணை மூடுதலுக்கு ஒரு சூழலில் நாணமும் வேறு சூழலில் அச்சமும் காரணம் ஆகின்றன.

நற்றிணைப் பாட்டு ஒன்றில் தலைவியின் உடன் போக்கின் பின் தலைவியின் தாய்

கோதை மயங்கினும் குறுந்தொடி நெகிழினும்
காழ்பெய் அல்குல் காசுமுறை திரியினும்
மாணலங் கையறக் கலுழும்

(இனி சந்த நாகனார். நற். 66:8-10)

தன் மகளின் இளமை நினைந்து வருந்துகிறாள். வளரிளம் பருவத்தில் மாலையை முறை செய்யவும் ஆடையைச் சரி செய்யவும் இயலாத அறியாமை கையற்ற அழுகைக்குக் காரணம் ஆகிறது.

ஐங்குறுநூற்றில் ஒரு பெண் "**தெண்திரை பாவை வௌவ உண்கண் சிவப்ப அழுது**" நிற்கிறாள்.

(அம்மூவனார், ஐங்.125:2-3) பரிபாடலில் வையை ‘மாதர் மடறல்லார் மணலின் எழுதிய பாவை சிதைத்தது'' என அழுகின்றனர். *(மையோடக் கோவனார். பரி:7, 25-26)* முன்னர் காட்டிய பாட்டில் கடலலையும், பின்னர் காட்டிய பாட்டில் வையை வருதிரையும் சிறுமியர் விளையாட்டை அழிக்கின்றன.

சிறிய பிள்ளைகள் இழுத்து விளையாடும் பொம்மைத் தேரின் வழிப்போக்கை வீதியில் விழுந்து கிடக்கும் மகளிரின் காதணிகள் விலக்கித் தடுக்கின்றன.

நேரிழை மகிளர் உணங்குணாக் கவரும்
கோழி எறிந்த கொடுங்கால் கனங்குழை
முக்காற் சிறுதேர் முன்வழி விலக்கும்

(கடியலூர் உருத்திரங்கண்ணனார்.
பட்டினப்பாலை, 22-25)

கபிலர் பாட்டின் தலைவி தனைப்புனத்தே கிளிகளை விரட்ட ஒரு கருவி இசைக்கிறாள். அதில் இசையில் இசைந்த இனியமதாளம் உள்ளது. அவள் குரலென நினைந்த கிளிகள் புனம்விட்டு அகலாமையால் துன்புற்ற அழுகிறாள். *(கபிலர் குறுந்.291)* “யாணர் ஊரன் தன்னொடு வதிந்த ஏம இன்துயில்'' எழுப்பிய காரணத்தால் சேவலைப் பூனைக்கு இரையாகுமாறு தலைவி சினந்து சபிக்கிறாள். *(மதுரைக் கண்ணனார், குறுந். 107, 6-7)*

பசித்து வருந்திய பொருநர்க்கு வள்ளல் அளித்த விருந்து கிடைத்தது. உணவின் சூடு உண்ணும் விரைவைத் தடுக்கிறது. பசி பற்றிய விரையும், சுவை பற்றிய ஆர்வமும், சூடு பற்றிய ஆர்வமும், சூடு பற்றிய அச்சமும் உடனிகழ்வாய் உள்ளன. எனவே, “ஊழின் ஊழின் வாய்வெய் தொற்றி'' *(முடத்தாமக் கண்ணியார், பொருநராற்றுப்படை. 106)* உண்கின்றனர். வெப்பமான உணவை நா ஒரு புறமும் மறுபுறமும் ஒதுக்கித் தள்ள உண்கின்றனர்.

மேலே காட்டிய விருப்பக்கோடுகள் எளிய நிலையனவாகும். நிலையான துன்பத்தையோ நீடிக்கும் துன்பத்தையோ நல்குவன அல்ல. எளிய விருப்பங்கள் ஈடேறா வண்ணம் அச்சம், அசை, அறியாமை, இயலாமை ஆகிய சொந்த இயல்புகளும், நீர், வண்டு, கிளி சேவல் முதலிய புறச்சூழல்களும் தடையாகின்றன. சூழல் சார்ந்த புறமுகம் அல்லது தன்னியல்பான அகமும் ஆகிய இருநிலைத் தோற்றுவாய்களிலிருந்து உள்ள முறிவுகள் எழுகின்றன. என்பது உளவியல் கொள்கையாகும். (Frustrations may arise from outer (environmental) or inner (personal) Sources" (James Coleman. Pshychology Once Effective Behaviour, P.178) இவற்றை முறையே புறநிலை, அகநிலை என உளவியலார் பகுப்புமுறை செல்வர் (திருமதி. ஆர்.ஐ.பெட்போர்டு, மனபிடிதல், கலைக் களஞ்சியம் - தொகுதி. எட்டு.ப.198)

பொருள்நிலை முறிவு

பொருளாதாரச் சீரகேடு உள்ளத்தைச் சிதைத்து விடும் வன்மை வாய்ந்தது ஆகும். சங்க காலத்தில் ஒருவனது பொருளாதார நிலை, அவனது பிறப்பு, மேற்கொண்ட தொழில், சமுதாயத்தில் அத்தொழிலின் நிலை ஆகியவற்றைச் சார்ந்து அமைந்தது. அக்காலக் கலைஞரின் வள்ளல்களை நம்பி வாழ்ந்தனர். பெற்றப் பொருளை வைத்துக்காக்கும் உளப்பாங்கு அற்றிருந்தனர். எனவே வறுமை அவர்களிடம் மிக எளிதில் உரிமை கொண்டாடியதை,

ஆடுநனி மறந்த கோடுயர் அடுப்பின்
ஆம்பி பூப்பத் தேம்புபசி உழவாப்
பாஅல் இன்மையிற் தோலொடு திரங்கி
இல்லி தூர்நித பொல்லா வறுமுலை
சுவைத்தொ றழூஉந்தன் மகத்துமுக நோக்கி
நீரொடு நிறைந்த ஈரிதழ் மழைக்கணென்
மனையோன் எவ்வம்.

(பெருந்தலைச்சாத்தனார் புறம். புறம் 104, 1-7)

சமையல் மறிந்த அடுப்பும், பால் மறவாக்
குழந்தையின் பசியும், கண்ணீர் ஆறாத மனைவியின்
கண்களும் இல்லத் தலைவனின் உள்ளம்
சிதைத்துழக்கும் கூரிய வாள்கள் ஆகின்றன.

ஒற்றைப் பசுவை வாழ்முதலாகக் கொண்ட வறிய மனையின் வெறுமையைச் சில பாடல்கள் குறிக்கின்றன.

சிறப்பும் சீரும் இன்றிச் சீறூர்
நல்கூர் பெண்டிர் புல்வேய் குரம்பை
ஓரா யாத்த ஒருதூண் முன்றில்

(நக்கீரர் அகம். 369, 22-24)

ஓரான் வல்சி சீரில் வாழ்க்கை

(தூங்கலோரியார், குறுந்.295.4)

இனிய இல்லற வாழ்வு அடிப்படை வேட்கை ஆகும். கலித்தொகை வறுமையிலும், உடனுறையும் வாழ்வின் பெருமையைப் பேசுகிறது. "ஒன்றன் கூறாடை உடுப்பவரே ஆயினும் ஒன்றினார் வாழ்க்கையே வாழ்க்கை (பெருங்கடுங்கோ, கலி. 18. 10-11) பொருளின்றி இவ்வுலக வாழ்வில்லை. எனவே தலைவன் பொருள்வயிற் பிரிந்து உழலுதலும், பிரிந்த தலைவி வருந்துதலும், தவிர்க்க இயலா நிகழ்ச்சிகளாகச் சங்க இலக்கியம் காட்டுகின்றது.

"நாளது செலவும் மூப்பினது வரவும் அரிதுபெறு சிறப்பில் காமத்து இயற்கையும் (மதுரை அளக்கர் ஞாழலார் மகனார் மள்ளனார் அகம், 353, 4-5) நினைந்து நினைந்து தலைவன் நெஞ்சம் தவிக்கின்றது. "இளமையும் காமமும் நின்பாணி நில்லா" எனத் தலைவியின் உள்ளம் சொல்லித் தவிக்கின்றது. (பெருங்கடுங்கோ கலி.12:12) "முதிர்ந்தோர் இளமை 'ஒழிந்தும் எய்தார்' எனத் தலைவன் கூறியதைத் தலைவி நினைவில் போற்றுகின்றாள். (முப்போ நாகனார் நற். 314.1)

பொருள் தேடும் முயற்சி எளிதினில் நிறைவதில்லை. தேடும் பொருள் வாய்ப்பதும் தவிர்வதும் இயல்பே ஆகும்.

"அரும்பொருள் செய்வினை தப்பற்கும் உரித்தே. *(ஓதலாந்தையார், ஐங்.302.1)* சென்றோர் முகப்பப் பொருளும் கிடவா. *(பெருங்கடுங்கோ. கலி. 18:5)* எனச் சங்கத் தோழியர் தங்கள் தலைவனை எச்சரிக்கின்றனர். வலிந்து முயன்று வாரிக் கட்டிய பாருள் ஓரிடம் நில்லாது உருண்டோடிப் பரவுகிறது. "கிழவர் இன்னோர் என்னாது பொருள்தான் **பழவினை மருங்கில் பெயர்ப்பு பெயர்ப்பு உறையும்**". *(பெருங்கடுங்கோ. கலி. 21. 10-11)* பொருள் தேடுதலின் அருமையும் தேடிய பொருளின் உரிமை இடிப்பும் உள்ள முறிவிற்குக் காரணம் ஆகின்றன.

சங்க இலக்கியத்தில் பொருளும் வாழ்வும் முரணும் இடங்களில் தலைவியும் தோழியும் பொருளின் புன்மை கூறிப் புணர்ந்துறையும் வாழ்வின் பெருமை பேசுகிறார்கள். தலைவன் பொருளின் தேவை நினைக்கின்றான். "உள்ளது சிதைப்போர் உளரெனப் படாஅர் இல்லோர் வாழ்க்கை இரவினும் இளிவு" *(பெருங்கடுங்கோ, குறுந்.283, 1-2)* விரும்பியும் விரும்பாமலும் தலைவன் பொருள்வயிற் பிரிகிறான். தவிர்க்கவும் வழியனுப்பவும் இயலாத தலைவி புலம்பித் தவிக்கிறாள். இப்பொதுமைத் தன்மையின் இயல்பு நிலையை நல்லந்துவனார் சுட்டுவதை,

> **மகளிர், தோள்சேர்ந்த மாந்தர் துயர்கூர நீத்தலும்**
> **நீள்சுரம் போகியார் வல்லைவந்து அளித்தலும்**
> **வீழ்வார்கண் தோன்றும் தடுமாற்றம் ஞாலத்தின்**
> **வாழ்வார்கட் கெல்லாம் வரும்.**

(நல்லந்துவனார், கலி.145, 13-17)

என்ற பாடலின் வாயிலாக தலைவன்- தலைவியின் 'பிரிவரி தாகிய தண்டாக் காமம்' என்னும் வேட்கை சிதைகின்றது. *(சிறைக்குடியாற்கையார். குறுந். 57:3)* தலைவி "உடைபு நெஞ்சுக" வருந்துகிறாள். *(பெருங்கடுங்கோ, கலி.10:9)* பெருங்கடுங்கோவின் இத்தொடர் உள்ள முறிவு என்னும் உளவியல் தொடரோடும் கருத்தோடும் ஒன்றி நிற்பதை அறிய முடிகின்றது.

உடையுமென் உள்ளம்

(மாலேனார் நற். 75:5)

இணைரிறுபு உடையும் நெஞ்சம்

(கழாஊர்க்கீரனெயிற்றியார். அகம். 217:8)

உகுவது போலுமென் நெஞ்சு

(பெருங்கடுங்கோ, கலி:33:17)

ஆகிய செய்யுள் வரிகளிலும் உள்ள முறிவு என்னும் பொருள் உள்ளமையைக் காண முடிகின்றது.

சமூக நிலை முறிவு

பொருள் முதலான உடல் சார்ந்த தேவைகள் நிறைவதால் மட்டும் உள்ளம் நிறைவு கொள்வதில்லை. பிறரது ஆதரவையும், அன்பையும் எதிர்பார்த்து ஏங்கும் ஏக்கமும், அவை மறுக்கப்படும் போது நேரும் மனமுறிவும் உள்ள அழுத்தமும் குறிப்பிடத்தக்கன ஆகும். உளவியலார் மனிதர்களிடம் நிலவும் அன்பிற்கும் பிறரால் விழைவிற்கும் பிறரது துலங்கலைப் பெற வேண்டும் என்னும் விருப்பே அடிப்படை என்பர். (ஜேம்ஸ்.டி.பேஜ்.பிறழ்நிலை உளவியல், ப.40) ஆகவேதான் சமுதாயத்தில் மதிப்பிற்குரிய இடத்தைப் பெறுதலும், தன்னிலை இழக்காமல் போற்றுதலும் மனிதனின் விழைவாக உள்ளன. ஏனெனில் "ஒவ்வொருவரும் சமூகத்தின் அங்கங்களாக விளங்குகின்றனர். அதே போல் சமூகமும் ஒவ்வொருவரது உளவாழ்விலும் பெரும் பங்கு பெறுகின்றது" என்பது உளவியல் உண்மையாகும். (தா.ஏ.சண்முகம், உளநலவியல், ப.237)

சமூகம் என்பது குடும்பம், சுற்றுப்புறம், சமுதாயம். நிறுவனங்கள் எனப் பலவகைப் பாங்கினதாக உள்ளது. (தா.ஏ.சண்முகம், உளநலவியல், ப.247) ஒட்டு மொத்தமான சமுதாயத்தில் தன்னிலையை நிறுவி ஏற்புடைமையைப் பெறுதல் ஒரு நிலையாயின், ஒத்த தொழிலும் வாழ்வும்

உடைய வட்டத்தில் தன் தகுதிக்கு உரிய நிலையைப் பெற்று மகிழ்தல் வேறு ஒரு நிலையாக உள்ளது. சங்கப் புலவர்கள் பரிசில் பெறுவதைக் காட்டிலும் வரிசை அறிந்து போற்றப்படுவதை விரும்பும் நிலை கருதத் தக்கது. "ஈதல் எளிது" என்றும் "வரிசை அறிதலோ அரிது" என்றும் கபிலர் கருதுகிறார். ஆகையால் மலையமான் திருமுடிக்காரியிடம் "பொதுநோக் கொழிமதி புலவர் மாட்டே" என்று அறிவுறுத்துகின்றார். (கபிலர் புறம் 121, 3-4,6).

தன் தகுதி அறியாமல் பரிசில் நல்கிய இளவெளிமானிடம் பெருஞ்சித்திரனார் அவனது பரிசிலை மறுத்துப் பாடுகின்றார். அந்நிலையில் "அருகில் கண்டும் அறியார் போல அக்கைக வாரா முகனழி" பரிசிலை வெறுக்கின்றார். இறுதியில், "பெரிதே உலகம் பேணுநர் பலரே" என இறுமாக்கின்றார். (பெருஞ்சிரனார் புறம்.207: 3-4)

தன்னிலையையும் தன் மதிப்பையும் போற்றி வாழ்தலைப் புலவர்கள் வாழ்வில் புறபாடல்களில் காணமுடிகின்றது. தலைவி அலர் பேசும் ஊருக்கு அஞ்சுதலை அகப்பாடல்களில் காணலாம். பிறர் பார்வையில் தன் மதிப்பு இழத்தல் ஆகாது என்னும் வேட்கையால்தான் ஊரச்சம் பிறக்கின்றது.

சங்க காலம் "களிறெறிந்து பெயர்தல் காளைக்குக் கடனே" என்று வீரத்தைப் போற்றிய காலம். (பொன்முடியார் புறம். 312:6) வீரர்கள் காடுகள் நிறைந்த வழியிடை. ஆயினும் பகைநாடு சென்ற போர்புரிய விரும்புகின்றனர்.

> போரெனில் புகழும் புனைகழல் றேவர்
> காடிடைக் கிடந்த நாடுநனி சேய
> செல்வோம் அல்லேம் என்னார்

(கோவூர் கிழார், புறம். 31, 9-11)

புள் நிமித்தம் கருதிப் போருக்கு ஏவாத காலத்தும் "சாவோம் யாமென" வீரம் நீங்கா மறவர் வீங்குதோள் புடைக்கின்றனர். (கோவூர் கிழார், புறம்.68, 11-13) அரிசில்

கிழாரின் புறப்பாட்டில் ஒரு தலைவன் தன் அண்ணனைக் கொன்றவனை, அவன் தம்பியையும் ஒரு சேர எதிர்க்கொண்டு 'நாளைச் செய்குவென் அமரெனக் கூறி உணவும் உண்ணாது சினம் காக்கிறான். (அரிசில் கிழார், புறம்.304-6) இச்சான்றுகளால் சமுதாயப் பார்வையில் தன் மதிப்பை நிறுவுதலும் பிறரது துலங்கலைப் பெற்று மகிழ்தலும் வீரர்களின் வேட்கையாக உள்ளமையை உணரமுடிகின்றது.

சமுதாய மதிப்பை விழைதல் என்பதன் மறுதலையாகப் பழியஞ்சி வெறுத்தலைக் கூறலாம். மறுலையாகப் பழியஞ்சி வெறுத்தலைக் கூறலாம். "புகழெனின் உயிரும் கொடுக்குவர் பழியெனின் உலகுன் பெறினும் கொள்ளலர்" (கடலுள் மாய்ந்த இளம்பெருவழுதி, புறம்-182:5-6) ஆகும். சேரமான் நெடுஞ்சேரலாதன் தன் மார்பிடை வேல்பட்டதாயினும் முதுகிலும் புண்பட்டமையால் புறப்புண் நாணி வடக்கிருந்தான். (கழாத்தலையார். புறம்.65:10)

குடிபழி தூற்றிம் கோலோன் ஆகுக,...

புலவர் பாடாது வரைகவென் நிலவரை

(தலையாலங்கானத்துச் செருவென்ற நெடுஞ்செழியன், புறம். 72:12,16) என நெடுஞ்செழியன் வஞ்சினம் உரைத்தான். மக்களின் தூற்றுதலுக்கு அஞ்சும் அச்சமும் புலவரின் போற்றுதலை விரும்பும் ஆசையும் சமுதாயத்துலங்கலை வேண்டும் உள்ளத்தின் இரு நிலைகள் ஆகும்.

வாழ்விற்கு நேரும் சூழ்நிலைத் தடைகளுள் போரும் போரால் நேரும் அழிவும் கருதத்தக்கன. "நல்லிசை வேட்டம் வேண்டி மன்னன்பாசறையில் தூங்காமல் இருக்கின்றான். (கோவூர் கிழார் -புறம். 31.5) இத்தகைய ஆற்றல் மிக்க மன்னர்களின் பகையை எண்ணிப் பிறர்தூங்க இயலாமல் நடுங்கி இருக்கின்றனர். **"நெஞ்சு நடுங்கு அவலம் பாயத் துஞ்சாக் கண்ண"** நிலையில் அஞ்சிய உள்ளம் அமந்து தவித்தலைக் கோவூர் கிழார் பாடியுள்ளார். (கோவூர் கிழார் புறம்.31:16-17) போர் வழிவரும் புகழ் வேட்கையும் பகை வழி

வரும் பயமும் தூக்கத்திற்கு தடையாகின்றன.

போரில் வளம் மிக்க ஊர்கள் பாழாகின்றன. மருதனிள நாகனார் **"இருநில மிளிர்ந்திசின்"** போலவரும் போரினை நினைக்கின்றார். *(மருதனிள நாகனார். புறம் 139:13)* போரில் மன்னர்கள் இறந்த போது அவர்களது அழகும் வளமும் மிக்க நாடுகள் என்னாவது கொல் எனப் பரணர் வருந்துகிறார். *(பரணர், பறும்.63:11)* நாடுகளின் அழிய நாமற் தோற்றிக் கூற்றடூஉ நின்ற யாக்கை போல" *(குமட்டூர்க் கண்ணனார். பதி. 13: 10-11)* நலிதலைக் குமட்டூர்க் கண்ணனார் கூறியுள்ளார். அழிந்த நர்டைக் காணுவோர் கண்ணீர் மல்கிக் கைகள் புடைத்து 'மெலிவுடை நெஞ்சினர்' ஆகியச் சிறமை மிக வருந்துவர். நாடெல்லாம் காடாகக் கடுநெறியாகி அழிவதை நினைத்து, **"நோகோ யானே நோதக வருமே"** *(பாலைக்கௌதமனார் பதி. 26:5)* என வருந்துவர். அத்தகைய நாடுகள் "தாயில் தூவாக் குழவி போல" ஓவாது கூவியமும் எனப் பரணர் பாடுகிறார். *(பரணர் புறம். 4:18)* இடைக் குன்றூர் கிழார் போரும் அழிதலும் இயல்பெனப் பாடுகிறார். **"ஒருவனை ஒருவன் சுடுதலும் தொலைதலும் புதுவதன்றிவ்வுலகத் தியற்கை"** *(இடைக்குன்றூர் கிழார், புறம்: 1-2)* ஆகும். போரால் நேரும் அழிவுகளும் மரணங்களும் மனத்தைச் சீர் குலைப்பன என்பது அவ்வியற்கையின் பின்னணி உண்மையாகும். அடியுரை அவலமாகும். ஒவ்வொரு போரிலும் எத்தனையோ மரணங்கள் நேர்கின்றன. ஒவ்வொரு மரணத்திலும் எத்தனையோ அவலங்கள் உள்ள முறிவுகள் விளைகின்றன. போர்வரும் என்ற அச்சத்திலும் வந்த போரால் நேர்ந்த மரணத்திலும் அழிவிலும் ஒவ்வொரு வீடும் குடும்பமும் மூழ்கிக் கவிழ்தல் தவிர்க்க இயலாததாகும்.

வீரர் எனப் புகழ் பெற விரும்பும் விருப்பமும் வீரத்தால் பிறரினும் மேலானவனாக ஒளிரத் தூண்டும் ஆதிக்க வேட்கையும் போர்களைத் தவிர்க்க இயலாதன ஆக்குகின்றன. உளவியலாக ஒரு சமூகக் குழுவில் வெறும் உறுப்பினராவதில் மட்டும் பல மக்கள் மன நிறைவு கொள்வதில்லை என்பர்

பிறர் தம்மைத் தெரிந்து மதித்துப் போற்றி ஏற்க வேண்டும் என்றும் விரும்புகின்றனர். (ஜேம்ஸ் டி.பேஜ். பிறழ்நிலை உளவியல் பக்.39-40) ஆகவேதான் சமூகம் தன்னை ஏற்றுக்கொள்ளும் வகையான முயற்சிகளில் மக்கள் ஈடுபட்டு மகிழ்கிறார்கள். சங்க காலத்தில் ஆண்மகனின் மகிழ்ச்சியானது போரில் வரும் வீரச் சாதனையை ஒட்டியதாக இருந்தது.

இத்தகைய வேட்கைகளை உயர்வுந்தல் எனக் கூறலாம். "ஒவ்வொருவனும் தான் ஏதாவது ஒரு வகையில் உயர்வடைய வேண்டும் என்ற ஒரு வேகத்தைக்கொண்டிருக்கிறான். தாழ்மை உணர்ச்சிக்கு எதிராக இந்த வேகம் தோன்றுகிறது. இதற்கு "உயர்வுந்தல்" என்று பெயர்" என்னும் உளவியல் கருத்து இச்செய்தியைத் தெளிவாக்குகிறது. (பெ.தூரன், அடிமனம், ப.32).

மரணம்

மனித இழப்புகளில் மிகப் பெரியது உடனுறை மனிதனின் மரணமாகும். எவ்வகையிலும் ஈடுசெய்ய முடியாத இழப்பாகிய மரணத்தால் உள்ளம் எளிதில் ஆறுவதில்லை. "வாழ்நாள் வகையளவு அறிஞரும் இல்லை" (முப்பேர் நாகனார், நற். 314:2) "கடைநாள் இதுவென்று அறிந்தாரும் இல்லை (பெருங்கடுங்கோ, கலி 12:15) என்பன மனித வாழ்வின் அவலங்களாக உள்ளன.

> நெஞ்சமர் காதலர் அழுத கண்ணீர்
> என்புபடு கடலை வெண்ணீறு அவிப்ப
> எல்லார் புறனும்தான் கண்டு உலகத்து
> மன்பதைக் கெல்லம் தானாய்த்
> தன்புறம் காண்போர்க் காண்பறி யாதே
>
> (கதையங் கண்ணனர். புறம்.356: 509)

இச்செய்யுள் வரிகளின் வாயிலாக சாவுக்குச் சாவின்மையும் சுடுகாட்டிற்கொரு சுடுகாடின்மையும் மனித உள்ளத்தை உலுக்கும் வேகம் இவ்வரிகளில் அழுத்தமாக வெளிப்படுத்துவதை அறிய முடிகின்றது.

பெருஞ்சித்திரனார் “நீடுவாழ்க” என்று வாழ்த்திய பின் இளவெளிமான் இறந்துவிட்டான் “நச்சி இருந்த நசை பழுதா” இளவெளிமான் இறந்துவிட்டான். அதனால் புலவர் “அட்ட குழிசி அடில்பயந்தாஅங்கு” திடுக்கிடுகிறார். (பெருஞ்சித்திரனார் புறம்,.237: 6-7) சோறு சமைத்த கலத்தில் சோறின்றி நெருப்பிருந்தால் போல் அவரது உள்ளம் இழப்பினை நினைத்துக் கொதிக்கின்றது. ஒளி விருப்பத்தின் தீய்ச்சல் புகை இவ்வுவமையில் நன்கு பரவுகிறது. நச்சி இருந்த நசை பழுதாதலே உள்ள முறிவு ஆகும். பெருஞ்சித்திரனாரின் இத்தொடரில் உளவியலார் கூறும் உள்ள முறிவின் காரணமாகிய வேட்கை முறிவு தெளிவாக நிற்கின்றது. இவ்வாறு மனங்கள் **“ஆசா கெந்தை யாண்டுளன் கொல்லோ”** ஔவையார், புறம்.235:16) எனப் புலம்பித் தவிக்கின்றன. கணவனை இழந்த மகளிரின் மனக்கிளர்ச்சி மெய்ம்மறந்து பட்ட வரையாப் பூசல்” (கல்லாடனார், புறம்.25:11) எனப்படுகிறது. ஒவ்வொரு மரணத்திலும் ‘தன்னமர் சுற்றம் தலைத்தலை” வருந்துகிறது. ஆவர்லர்கள் “இடும்பை கூர் நெஞ்சமொடு நோயுழந்து” தவிக்கின்றனர். (அரிசில் கிழார், புறம்.230, 8-10)

முறிவின் வகைகள்

பொதுவான கண்ணோட்டத்தில் மனமுறிவுகளை உளவியலார் மூவகைப்படுத்துவர். 1. நிராசை அல்லது ஆசாபங்கம், 2. இடையூறு அல்லது கட்டுப்பாடு, 3. உடலுக்காவது உள்ளத்துக்காவது வருத்தமோ துன்பமோ உண்டாக்கக் கூடியதாகப் புறத்தேயிருந்து தாக்குதல்” (திருமதி. ஆர்.ஐ. பெட்போர்டு, மனமிடிதல் கலைக்களஞ்சியம், தொகுதி எட்டு.ப.108) சங்க இலக்கியத்தில் காணலாகும் உள்ள முறிவுகளில் இயற்கைக் கேடுகள், தனிமனித உடல் உள்ளக் குறைபாடுகள் முதலியவற்றை முதல் வகைக்கு எடுத்துக் காட்டாகக் கூறலாம். இரண்டாம் வகைக்கு எடுத்துக்காட்டாக வழியிடைத் துன்பங்கள், பொருளியல் சார்ந்த போதாமை உணர்வுகள் முதலியவற்றைக் கூறலாம். வரிசையறிதல் சார்ந்த வேட்கை முறிவு, அகப்பாடல்கள் கூறும் அலரச்சம்

முதலியவற்றை மூன்றாம் வகையின எனலாம். எவ்வகையான உள்ள முறிவைக் காட்டிலும் உள்ளப் போராட்டம் கடுமை மிக்கதாகும். உள்ள முறிவு நேர்வதற்கான காரணங்களுள் உள்ளப் போராட்டமும் ஒன்றாகும்.

சங்க இலக்கியத்தில் மனித வாழ்வின் இன்பமும், துன்பமும், கலந்த இயல்பு காட்டப்பட்டுள்ளது. உள்ள முறிவிற்குக் காரணமாக உளவியலார் கூறும் வேட்கை முறிவுகள் சங்க இலக்கியத்தில் இடம் பெற்றுள்ளன. அவ்வேட்கை முறிவுகள் சங்க இலக்கியத்தில் இடம் பெற்றுள்ளன. அவ்வேட்கை முறிவுகளின் காரணங்களைக் கீழ்வருமாறு வகைப்படுத்தலாம்.

1. எளிய வேட்கைமுறிவிற்கான சொந்த இயல்புகளும் இயற்கையான போக்குகளும்.
2. சூழ்நிலைத் தடைகள்.
3. உள்ள - உடல் குறைபாடுகள்.
4. பொருளாதார நிலையான வறுமை.
5. சமுதாயத்தில் தன்னிலைப் பெறும் விருப்பத் தடைகள்.
6. உடனுறை மனிதனின் மரணம்.

உள்ளப் போராட்டம் - வரையறை

வலிமையுடைய ஊக்கம் நிறைவுற இயலாது தடைப்படுமானால் உள்ளமுறிவு ஏற்படுகிறது. தடைப்படுவதற்கான காரணங்களை உளவியல் பேராசிரியர் மூவகைப்படுத்துகிறார். சூழ்நிலைப் பொருள்களும் பிற மனிதரும் முதல் காரணம் ஆகும். இரண்டாம் காரணம் உள்ள உடல் உறுப்புகள் குறைவு. திறன் குறைவு. நாட்டக் குறைவு முதலியவைகள் ஆகும். மூன்றாம் காரணமாக உள்ளப்போராட்டம் (Conflict) குறிப்பிடப்படுகிறது. "இரண்டு சமவலிவடைய ஊக்கிகள் (Motives) பூரத்திபெற இயலாது.

ஒன்று மற்றொன்றுக்குத் தடையாக இருப்பதின் காரணமாக ஏற்படும் உளநிலையே உள்ளப்போராட்டம்" என்பது வரையறையாகும்.

மக்கள் பலர் கூடும் இடங்களில் ஒன்றைப்பற்றி முரண்பாடு தோன்றுவதுண்டு. கோப்பெருநற்கிள்ளி வேற்றூர் சென்று ஒரு மற்போரில் கலந்துகொண்ட போது கூடியிருந்து மக்களுள்ஒரு சாரார் அவனுக்கு வெற்றி என்னும் வேறு ஓர் சாரார் வெற்றியில்லை என்றும் கூறுகின்றனர். நம்பி நெடுஞ்செழியன் இறந்த போது அங்குக் கூடியிருந்தோர் அவனது உடலை வாளால் அறுத்துப் புதைப்பதா சுடுவதா என ஐயுற்றதாகவும் பேரெயில் முறுவலார் இரண்டனுள் ஏதேனும் ஒன்று செய்யலாம் எனக் கூறியதாகவும் புறநானூற்றால் அறிகிறோம். பலர் கூடும் இடத்தில் முரணான விருப்பமும் கருத்தும் தோன்றுதலுண்டு. நோக்கத்தின் வேறுபாட்டிற்கு ஏற்பத் தோன்றும் இருவகைக் கருத்து நிலைகளை உளவிலார் உள்ளப்போராட்டம் என்பதில்லை. அவை கருத்து வேறுபாடுகளே ஆகும்.

பெருங்கடுங்கோவின் பாட்டில் கடன் பெறுபவன் மகிழ்ந்து பெறுதலும் பெற்றக் கடனைத் திருப்பி அளிக்கும் போது வெறுத்தலும் உலகியற்கையாகக் கூறப்படுவதை,

உண்கடன் வழி மொழிந்திரக்குங்கால் முகனுந்தான் கொண்டது கொடுக்குறுங்கால் முகனும்வே றாகுதல் பண்டுமிவ் வுலகத் தியற்கை

இம்முரண்பாடு ஒரே உள்ளத்தின் இருவேறு நிலைகள் ஆகும். ஆயினும் மகிழ்வும் மகிழ்வின்மையும் ஒரே நேரத்தில் தோன்றவில்லை. இதனையும் உளவியலார் உள்ளப் போராட்டம் என்பதில்லை.

உள்ளத்தின் நோக்கமும் ஊக்கமும் மனிதனைச் செல்படுத்துகின்றன. ஒரே நேரத்தில் ஒன்றற்கு மேற்பட்ட விருப்பங்கள் உடனிகழ்வாய்த் தோன்றுமாயின் எதனை ஏற்பது எதனை விடுப்பது என்னும் ஐயம் தோன்றும் இதன்

அடிப்படையில் முடிவெடுக்க செயற்பட இயலா நிலையும் தோன்றும். இத்தகைய நிலையே உள்ளப் போராட்டம் எனப்படும். இருவேறு நோக்கமும் ஊக்கமும் ஒரே நேரத்தில் ஒரே உள்ளத்தில் தோன்றி மோதுகின்றன என்பது கருதத்தக்கது. "ஒரே நேரத்தில் நிறைவுற இயலாததும் ஒன்றற்கொன்று தனித்தனியானதுமான செயல் நோக்கமும் ஊக்கமும் உள்ளத்தில் இருப்பதனால் விளைவதே உள்ளப் போராட்டம்" என உளவியலார் விளக்குவர்.

உள்ளம் போராட்டத்தைக் கர்ட் லீவின் என்னும் உளவியல் அறிஞர் மூவகைப்படுத்தியுள்ளார். இப்பாகுபாடு முரண்படும் நோக்கங்களோடு இயைந்த வெகுமதி அல்லது பெறலாகும் தண்டனையைச் சார்ந்த அடிப்படையில் செய்யப்பட்டுள்ளது.

1. அணுகுதல் - அணுகுதல் போராட்டம் (Approach - Approach Conflict)
2. அணுகுதல் - விலகுதல் போராட்டம் (Approach - Avoidance Conflict)
3. விலகுதல் விலகுதல் போராட்டம் Avoidance -Avoidance Conflict)

அணுகுதல் - அணுகுதல் போராட்டம்

விரும்பத் தகுந்த இரண்டு அல்லது இரண்டுக்கு மேற்பட்ட மாற்றுகளிடையே நிகழலாகும். போட்டியை உள்ளடக்கியதே அணுகுதல் - அணுகுதல் போராட்டம் என உளவியல் விளக்குகிறது. விரும்பத் தகுந்த இரண்டு இலக்குகளை ஒரே நேரத்தில் அடைய முயல்வதில் ஏற்படும் உள்ள நிலையே இத்தகயை உள்ளப் போராட்டம் என வரையறை செய்வர். இரண்டு இலக்குகளும் விரும்பத்தக்கனவாய் உள்ளன. ஒரே நேரத்தில் அவற்றைப் பெற விழையும் போக்கினால் போராட்டம் தோன்றுகிறது.

தலைவன் நாளெல்லாம் தோழியின் பின் நின்று கெஞ்சிய பின் தலைவியுடன் ஏற்புடைமை அறியாமல் அயர்ந்த நெஞ்சமொடு செல்கிறான். தலைவியின் நிலையைத் தன் மேலிட்டுத் தோழி பேசுவதை,

செல்வோன் பெயர்புறத் திரங்கி முன்னின்று
தகைஇய சென்றவென் நிறையில் நெஞ்சம்
எய்தின்று கொல்லோ தானே எய்தியும்
காமஞ் செப்ப நாணின்று கொல்லோ

இப்பாடலின் வாயிலாக புதியவன் ஒருவனிடம் தன் காதலை ஒப்ப இயலாமல் தடுமாறும் நெஞ்சத்தின் போராட்டத்தை அறிய முடிகின்றது. காமம் செப்பினால் நாணழிவும் நாணம் போற்றினால் காமம் கைவிடலும் தவிர்க்க இயலாதனவாகும். காமம், நாணம் இரண்டையும் போற்றும் விழைவும் இரண்டில் ஒன்றை இழந்ததாக வேண்டிய அச்சமும் போராட்டத்திற்குக் காரணமாகின்றன என்பதை அறியமுடிகின்றது.

நாமம் உயரியல் சார்ந்த இயல்புணர்வு ஆகும். நாணம் சமுதாயம் கற்பித்து வலியுறுத்தியமையால் விளைந்த மரபுணர்வாகும். எனவே நாணம் பண்பாட்டுத் தொடர்புடையது. இங்கே நிகழும் போராட்டம் உயிரியல் இயற்கைக்கும் சமுதாயவியல் பண்பாட்டிற்கும் இடையே நிகழ்வதாகும். உளவியல் அறிஞர் பிராய்ட் (Sigmund Freud) இத்தகைய போராட்டங்களைத் தவிர்க்க இயலாதன என கருதுகிறார்.

காமமா நாணமா எனத் தயங்கும் நேரத்தில் முடிவெடுக்க இயலாமையால் தவிப்பு நேர்கின்றது. இத்தவிப்பால் தயக்கமும் ஊசலாட்டமும், துயரமும் தோன்றுகின்ற. நெஞ்சம் தலைவனிடம் எய்தியதோ காமம் செப்பியதோ என்னும் வினாக்களில் அத்தயக்கம் உள்ளது. தயக்கத்தில் நேர்ந்த துயரத்தில் நெஞ்சம் "நிறையில் நெஞ்சம்" ஆகியது. காமத்திற்கும் தயக்கத்திற்கும் இடைப்பட்டுத் தடுமாறும்

தலைவன் ஒருவன் தன் அவாவினைத் தலைவியிடம் 'கூறுவங் கொல்லோ கூறலங் கொல்" எனப் போராடுவதை இணைத்துக் காணலாம்.

உடன்போக்கிற்கு உடன்பட்ட தலைவி இறுதி நேரத்தில் தயங்கித் தவிக்கிறாள். தோழியின் முயற்சியில் உடன் போக்கிற்கான ஏற்பாடுகள் நிறைந்து விட்டன. தலைவனும் குறித்த இடத்தில் வந்து நின்று விட்டான். ஆனால் தலை 'இன்று ஒரு நாள் போகட்டும் என்று கூறுவதை,

நீயும் படுதலின் யான்தர வந்து
குறிநின் றனனே குன்ற நாடன்
இன்றை அளவை சென்றைக் கென்றி

என்ற பாடலின் வாயிலாக பெற்றோர், ஆயம், தோழி ஆகிய அன்புடைச் சுற்றம் ஒரு புறம் நெஞ்சுறை காதலன் ஒருபுறம் - இருவரில் ஒருவரைத் தேர்ந்தாக வேண்டிய உள்ளப் போராட்டம் உடன் போக்கின் போது விளைகின்றது. குறித்த இடத்திற்கு வந்து நிற்கும் தலைவனைத் திருப்பி அனுப்பினால் சுற்றத்தைப் பிரிய வேண்டாம். சுற்றத்தைப் பிரிந்தால்தான் தலைவனொடு வரைவிற்கு வழி பிறக்கும். தலைவி முடிவெடுக்க இயலாமையால் உடன்போக்கைத் தள்ளிப்போடுவதைத் தற்காலிகமான தீர்வாகக் கருதுகிறாள். முடிவெடுக்க இயலாமையால் ஒரு செயலைத் தள்ளிப் போடுவதோ தவிப்பதோ உண்டு என்னும் உளவியல் கருத்தை இப்பாடலின் வாயிலாக அறியமுடிகின்றது.

உள்ளப்போராட்டம் பற்றிய கோட்பாடுகளில் கவர்ந்து இழுக்கும் தன்மை உடைய அல்லது அத்தன்மையற்ற முரணான மாற்றுக்கள் ஏறக்குறைய அளவால் ஒத்துள்ளன என்பதும் அவற்றிடையே ஒன்றைத் தேர்ந்தெடுத்தாக வேண்டிய முடிவொன்று தேவை என்பதும் வெளிப்படையாக உள்ளன என உளவியல் அறிஞர் கூறுகிறார். உடன்போக்கின்போது அவ்வாறு முடிவெடுக்க இயலாத நிலையில் தலைவி துயர் உற்று அழுவதை,

அளியரோ அளியரென் ஆயத் தோரென
நும்மொடு வரவுதான் அயரவும்
தன்வரைத் தன்றியும் கலுழ்ந்தன கண்

டாக்டர் மு.வரதராசன் ".... பெற்றோர் அறிந்தால் மனம் நோவார்களே என் கவலை ஒரு புறம்; காதலுக்கு உள்ள இடையூறுகளைக் கடந்து வெல்ல வேண்டுமே என்ற கவலை மற்றொருபுரம்; இவற்றிற்கு இடையில் அவளுடைய மனப்போராட்டம் பெருகிவிட்டது. என விளக்குவது உளவியல் போக்கிற்கு இயைபுடையதாக உள்ளது. (மு.வரதராசன், மணல் வீடு, ப.37)

தலைவன் பொருள் காரணமாகப்பிரிய வேண்டிய நேரங்களில் உள்ளப் போராட்டம் நிகழ்தல் இயல்பேயாகும். தலைவியுடன் சேர்ந்து உறைந்தால் பொருள் சேராது; பொருள் வேண்டிப் பிரிந்தால் தலைவியுடன் இனிதிருக்க இயலாது. இப்போராட்டத்தின் உள்ளடக்கம் சிறைக்குடியாற்றையாரின் சொற்களில் விளங்குவதை,

"புணரின் புணராது பொருளே பொருள்வயிற்
பிரியின் புணராது புணர்வே"

(சிறைக்குடியாந்தையார். நற்.16-1-2)

என்ற பாடலின் வாயிலாக அணுகுதல் - அணுகுதல் போராட்டத்தின் கரு மிகச் செறிவாக விளக்கி நிற்பிதை அறிய முடிகின்றது. தமிழ் அகவியல் அறிஞர் "குடும்பமாவது இளமையும், வளமையும் மோதிக் கொள்ளும் போர்க்களம் என்று சங்கச் சான்றோர்கள் கண்டனர்" என்றும், பொருள்வயிற் பிரிவுத்துறை "இன்பமும் கடமையும் போராடும் இடமாக நல்ல உணர்ச்சிகள் மோதிக் கொள்ளும் இடமாக" அமைந்துள்ளதை அறியமுடிகின்றது.

அணுகுதல் - அணுதல் போராட்டத்திற்கு ஆட்படும் மனிதன் இணைவலிமையானதுமே நேர்நிலையானதுமான இருவகை மாற்று ஆற்றல்களால் இழுபடுகிறான். இம்மாற்று

ஆற்றல்கள் இணைவலிமையுடன் இல்லாவிட்டால் போராட்டம் நிகழாது என்று உளவியலார் கூறுவர்.

அன்புடைத் தலைவியுடன் உறையும் அகவாழ்வு இன்பமுடையது. பொரள் புறவாழ்வின் அடிப்படைத் தேவையாக உள்ளது. உயிரியல் சார்ந்த வேட்கை ஒருபுறமும் சமுதாயவியல் சார்ந்த தேவை ஒருபுறமும் தலைவன் நெஞ்சை அலைக்கழிக்கின்றன. இருவகை ஆற்றலும் இணைவலிமையுடையன; அடிப்படைத் தேவை இயல்பின. ஆகவேதான் போராட்டம் அழுத்தம் மிக்கதாக உள்ளது.

ஒருவாறு பொருளே தேவையெனத் தெளிந்து வீட்டை விட்டுப் புறப்பட்ட பின்னும் தலைவனின் போராட்டம் ஓய்வதில்லை. இடைச்சுரத்து அழுக்கும் தலைவர்களைப் பற்றிய பாடல்களில் இப்போராட்டத்தின் தொடர்ச்சியைக் காணமுடிகின்றது. வழியிடை நிற்கும் தலைவன் பொருள் செய்வினைக்கென பயணம் தொடர்வதா அன்றி மனையாளிடம் திரும்பி விடுவதற்காகப் பயணத்தை முறிப்பதா என எண்ணித் தயங்குவதை,

“ஒன்று தெரிந்து உரைத்திசின் நெஞ்சே...
ஆள்வினைக் ககவல்வாம் எனினும்
மீள்வாம் எனினும் நீதுணிந் ததுவே”

(மருதனிள நாகனார், நற்.103:1, 10-11)

என்ற பாடலின் வாயிலாக முன்பே புறப்படாமல் இருத்தல் அல்லது தொடங்கிய பயணத்தைத் தொடர்ந்து முடித்தல் ஆகிய இரண்டனுள் ஒன்று செய்யத் தருவதாகும். இரண்டுமின்றி இடைவழியில் நேரும் உள்ளத்தின் ஊசலாட்டம் பயன் அற்றது. ஆகையால்தான், ‘அன்றவன் ஒழிந்தன்றும் இலையே’ எம்மொடு இறத்தலும் செல்லாய் (பொருந்தில் இளங்கீரனார், அகம், 19:1,6) என நெஞ்சமொடு கவல்கின்றான்.

வேறோர் அகப்பாட்டில் உள்ளத்தின் இரண்டாட்டம் மேலும் தெளிவாக இடம் பெறுகிறது.

"மடந்தை மாணலம் புலம்பச் சேய்றாட்டுச்
செல்லல் என்றியான் செல்லவும் ஒல்லாய்...
பல்வேறு வெறுக்கை தருகம் வல்லே
எழுவினி வாழியென் நெஞ்சே"

(காவன் முல்லைப்பூதனார், அகம், 21: 5-6-8-9)

என்ற பாடலின் வாயிலாக அடிப்படையாக நிகழும் போராட்டம் பொருள் - இன்பம் என்னும் இருவேறு அணுகுதல் அவாவினால் விளைந்தது என்பதை அறியமுடிகின்றது.

இடைச்சுரத்து நேரும் தலைவனின் உள்ளப் போராட்டம் பற்றிய நுட்பமான உளவியல் ஓவியம் தேய்புரிப் பழங்கயிற்றினாரின் பாட்டில் உள்ளது. தலைவியின் துன்பம் தீர்க்க ஊர் நோக்கித் திரும்பலாம் எனத் தலைவனின் உள்ளம் சொல்கின்றது. செய்வினை முடியாது திரும்பினால் பொருளிழப்பும் இழிவும் நேரும் என்பதால் அறிவு விரைந்து செல்லத் தூண்டுகிறது. உள்ளம் காதல் உணர்வைச் சுட்டுகின்றது. அறிவு பொருள் தேவையைச் சுட்டுகின்றது. இரண்டும் இணைவலிமையுடைய ஆற்றல்களானமையின் இரண்டிற்குமே ஒளிறேந்து மருப்பின் இருகளிறுகள் உவமை ஆகின்றன. ஒருபுறம் காளை மறுபுறம் களிறு என்பன போல மாறிய உவமைகள் சொல்லப்படாமை கருதத்தக்கது. இரு யானை இருபுறம் இழுக்க இடைப்பட்ட களிறு போல உடம்பு வருந்துகிறது.

"ஒளிறேந்து மருப்பிற் களிறுமாறு பற்றிய
தேய்புரிப் பழங்கயிறு போல
வீவது கொல்லென் வருந்திய உடம்பே"

(தேய்புரிப் பழங்கயிற்றினார். நற். 284:9-11)

என்ற பாடலின் வாயிலாக பயணத்தின் முன்னரே தொடங்கிய போராட்டம் ஆதலால் உள்ளம் ஏற்கனவே நைந்துள்ளது. புரிகள் முன்னரே தேய்ந்த கயிற்றை யானைகள் இழுப்பது போல நெஞ்சை இருவேறு அவாவின் ஆற்றல்கள் இழுக்கின்றன.

இதனால் விளையும் உள்ளத்தின் அழிவே உடம்பின் அழிவு ஆகின்றது.

உள்ளப் போராட்டத்தால் நேரும் உள்ள இறுக்கம் இப்பாட்டில் உளவியல் தெளிவோடு இடம் பெற்றுள்ளது. பெரும்பாலும் உள்ள இறுக்கம், என்பது ஒரு தடையால் வருவது அன்று; இரு வேறு ஊக்கங்களின் போராட்டத்தால் விளைவதாகும் என உளவியலார் குறிப்பர் ("Often the stress comes not from a single obstacle but from a conflict of motives - James C.Coleman Pshychology and Effective Behavior, P.178) இடைச்சுரத்துநின்ற உள்ளத்தில் ஊஞ்சலாடும் தலைவன், தலைவிபால் பெறலாகும் இன்பம் பற்றிய வேட்கையை அப்போது அடக்கி மறந்து புறக்கணித்தால் அன்றிப் பொருளுக்கெனப் பயணத்தைத் தொடர இயலாது. பொருட்பயன் நோக்கிய பயணத்தை விட்டுவிட்டு ஊர் திரும்பினால் மனைவியின் துன்பம் தீர்க்கலாம். தானும் இன்பம் துய்க்கலாம். ஆனால் பொருள் இழப்போடு செய்வினை தவிர்த்த இழிவையும் ஏற்க வேண்டும். ஒரு வேட்கையின் நிறைவு பிறிதொரு வேட்கையின் முறிவாகிறது. எனவே, ஒவ்வோர் உள்ளப் போராட்டத்திலும் எவ்வகைத் தீர்வு கண்டாலும் உள்ள முறிவு ஒன்று தவிர்க்க இயலாததாக உள்ளது.

உளவியல் அறிஞர் ஒருவர், உள்ளப் போராட்டத்தையும் முறிவையும் வெளிப்படுத்திக் காணுதல் இயல்வதாயினும் உள்ள முறிவு பற்றிய அச்சமே போராட்டத்தைக் கடுமையாக்கி உள்ள இறுக்கத்தை விளைவித்து விடுகின்றது என தெளிவுபடுத்துகிறார். (Althought is convenient to make a distictioni between frustration and conflict, It is the underlying Threat of frustrationi that makery a conflict stressfup" - James C.Coleman Pshychology and Effective Behavior P.179) இக்கருத்தின் தெளிவோடு அணுகும் போது "வீவது கொல்லென் வருந்திய உடம்பே" எனப் புலம்பும் தலைவனின் உள்ள இறுக்கத்தின் கடுமை புரிகின்றது.

பெருமளவில் சில எளிய அணுகுதல் - அணுகுதல் போராட்ட வகைகள் நேரம், இடம், ஆற்றல், சொந்தத் திறமைகள் ஆகியவை ஒரு வரையறையான எல்லைக்குட்பட்டவைகளாக உள்ளமையால் தோன்றுவன என்பர். ("...To a large extent such a simple "plus - plus" Conflicts result from the inevitable limitationis in our time, space, energy and personal resources" ibid" காமம், நாணம் இரண்டையும் ஓரளவில் ஒரு நேரத்தில் போற்றுதல் இயலாததாகும். உடன்போக்கிற்கு உடன்படும் தலைவி ஒரே நேரத்தில் ஒரே இடத்தில் தலைவனோடும் பெற்றோரோடும் இருக்க இயலாது. இடைச்சுரத்துத் தலைவன் ஒரே நேரத்தில் வீட்டிலும் வினை மேற்கொள்ளும் இடத்திலும் இருக்க இயலாது. ஆகையால் உள்ளப் போராட்டத்திற்குச் சில எல்லைக்குட்பட்டே வரையறைகளே அடிப்படைக் காரணமாகின்றன.

அணுகுதல் - விலகுதல் போராட்டம்

ஓர் இலக்கினை அணுகவும் விலகவும் தூண்டும் வலிவான போக்குகள் ஒரே நேரத்தில் நிலவுவதே அணுகுதல் - விலகுதல் போராட்டம் எனப்படும். "Ind an approach - avoident Conflict there are strong tendencies both to approach and to avoid the same goal"

ஓர் இலக்கினை அடைவதில் நேர் நிலையான தூண்டல் ஒன்றும் எதிர்மறையான தூண்டல் ஒன்றும் செய்லபடுகின்றன. அப்போது அந்த இலக்கினை அணுகுவதா விலகுவதா என்னும் போராட்டம் தோன்றுகிறது. நற்றிணையில் நரியொன்று இப்போராட்டத்திற்கு ஆளாவதை,

வெங்கடற் நடைமுதல் படுமுடை தழீஇ
உறுபசிக் குறுநரி குறுகல் செல்லாது
மாறுபுறக் கொடுக்கும் அத்தம் *(நற்.164:8-10)*

என்ற பாடலின் வாயிலாக மிக்க பசியையுடைய நரி காட்டுவழியில் விழுந்து கிடந்த பிணத்தை உண்ண வந்தது.

ஆனால் பிணத்தின் நாற்றத்தால் அருகே செல்ல முடியவில்லை. குறுநரி உறுபசியால் குறுகியணுகவும் பெருநாற்றத்தால் விலகி ஒதுங்கவும் இயலாமல் தயங்கிப் போராடுகிறது. இறுதியில் நாற்றம் தாளாது பசி பொறுத்து விலகியோடுகிறது.

நற்றிணையில் கழுகொன்று இவ்வாறே பசிக்கும் நாற்றத்திற்கும் இடையே போராடுகிறது. கழுகு ஈன்றணிமை உடைய கழுகானமையின் கடும்பசி உடையதாகும்.

இடுமுடை மருங்கில் தொடுமிடம் பெறா அது
புனிற்று நிறை கதித்த பொறிய முதுபாற
இறகுபுடைத் திற்ற தூவி

(மதுரை மருதங்கிழார் மகனார், சொகுத்தனார், நற்.329, 2-4)

என்ற பாடலின் வாயிலாக பசித்த நரி நாற்றத்தால் விலகியோடிப் போராட்டத்திற்குத ஒரு முடிவு கண்டது. கழுகோ முடிவு காண இயலாமல் போராடுகிறது. அப்போராட்டத்தின் புறவெளிப்பாடே போல சிறகுகளால் அடித்துக் கொள்கிறது.

கரிகால் வளவனொடு போரிட்ட சேரலாதன் எதிர்பாராமல் நேர்ந்த புறப்புண்றாணி அப்போர்க்களத்திலேயே வடக்கிருந்து உயிர்விடத் துணித்தான். அதனைக் கேள்வியுள்ள சான்றோர் நிலையை மாமூலனார், “இன்னா இன்னுரை கேட்ட சான்றோர்” (மாலேனார், அகம்:53:15) எனக் கூறுகிறார். சேலாதன் இறக்கின்றான் என்றும் செய்தி இன்னாதது, புறப்புண்ணிற்காக வடக்கிருத்தல் அவனது மானப் பெருமையையும் மறவுணர்வின் செறிவையும் விளக்குவதால் இனிமையும் தோன்றுகிறது. சான்றோர் கேட்ட இச்செய்தியில் அணுகுதல் - விலகுதல் போராட்டத்தின் அடிப்படை உள்ளது என்பதை அறியமுடிகின்றது.

மறக் குடித் தலைவனது மகளை மன்னன் ஒருவன் மணம்புரியக் கேட்டான். தந்தை மகட்கொடை மறுத்தான்.

இம்மாறுபாட்டால் போர் தொடங்கியது. மன்னன் மணமா மரணமா என்றும் வேகம் கொண்டு போர் தொடங்கியதை

கணங்கணி வனமுலை அவளொடு நாளை
மணம்புகு வைகல் ஆகுதல் ஒன்றோ
ஆரமர் உழக்கிய மறங்கிளர் முன்பின்
நீணிலை எஃகம் மறுத்த உடம்பொடு
வாரா உலகம் புகுதல் ஒன்று *(பரணர், புறம். 341. 11-15)*

என்ற பாடலின் வாயிலாக இருநிலைகளும் குறிக்கப்படு கின்றன. போரில் வென்றான் மறக்குடி மகளிரொடு மணம், தோற்றால் மறப்பெருமை வெளிப்பட மரணம் என அணுகுதல் வேட்கையும் விலகுதல் வாய்ப்பும் உடைய மனப்போராட்டத்தை அறிய முடிகின்றது.

நேர்நிலையானதும் எதிர் நிலையானதுமான ஆற்றல்கள் இரண்டும் இணை நிலையான வன்மை உற்றிருந்தால் அப்போராட்டத்திற்கு ஆளாகும் மனிதன் செயற்படுவதை நிறுத்தி விடுகிறான். அல்லது நிறுத்தாலாமாவெனத் தயங்குகிறான். "......If positive and negative Valences are equality strong the individual susponds action or vacillates" - Norman Munn, Intraduction to Pshychology, P.221)

துழிக்கடுமை, வறுமை, பிரிவின் துன்பம் ஆகியனவற்றை நினைந்து பொருள்வயிற் பிரிதலைத் தலைவன் தவித்தலையும் தள்ளிப் போடுதலையும் செலவருங்குதல் துறைளில் காணமுடிகின்றது.

பொருள் தேடி வரப்பிரிதல் வேண்டும் என்ற நினைப்பிலேயே இப்போராட்டம் தொடங்கி விடுகிறது. பொருள் தேட வேற்றூர் செல்ல வேண்டுமானால் கடத்தற்கரிய அச்சம் மிகுந்த வழிகளைக்கடந்தாக வேண்டும். அன்புடைய மனைவியைப் பிரிந்தாக வேண்டும்.

"அருஞ்சுரக் கவலை அஞ்சுவரு நனந்தலைப்
பெரும்பல் குன்றம் உள்ளியும் மற்றிவள்

கரும்புடைப் பணைத்தோள் நோக்கியும் ஒரு திறம் பற்றாய்”

(விற்றூற்று வண்ணக்கன் தத்தனார் - நற்.298. 587)

எனத் தலைவன் நெஞ்சொடு பேசுகிறாள். பொருள் தேடி வருவதற்காகப் பெரும்பல் குன்றம் உள்ளுதல், தலைவி தோளழகு நோக்குதல் இரண்டும் போராட்டதிற்குக் காரணங்கள் ஆகின்றன. “ஒரு திறம் பற்றாய்” என்னும் தொடர் போராட்டத்தைக் காட்டுவதை அறியமுடிகின்றது.

இடைச்சுரத்துத் தடுமாறும் தலைவனைப் பொருள் வேட்கை பின் நின்று தூண்டுகிறது. தலைவியைப் பற்றியோ நினைவோ முன் நின்று தடுக்கிறது. எனவே தலைவன் தன் நெஞ்சை “ஒரு திறம் நினைத்தல் செல்லாய் (பெருங்கடுங்கோ, அகம். 379:23) எனக் கடிக்கின்றான். ஒரு திறம் என்பது தொடர்ந்து சென்று பொருளீட்டல் அல்லது மனையகம் மீளல் ஆகிய இரண்டில் ஒன்றைக் குறிக்கின்றது. எனினும் திரும்பிச் சென்றால் வறுமை தொடருமே என்னும் அச்சமும் தோன்றுகிறது.

பொருள் தருதலும் ஆற்றாய் - வறுமை - அஞ்சுதி என இரண்டையும் நிறைந்தழியும் தலைவனிடம் பொருள் வேட்கையும் வறுமை அச்சமும் போராட்டத்தை விளைவிக்கின்றன. கடலால் போலத் தடுமாறும் நெஞ்சை “ஒன்றிற் கொள்ளாய்” என அறிவுறுத்துகின்றான். இப்போராட்டத்தால் உள்ளத்தின் அமைதி குலைகிறது. ஆதலால் “அழிதக உடைமதி” என நெஞ்சொடு கவல்கிறான். *(காவிரிப் பூம்பட்டினத்துக் காரிக்கண்ணனார். அகம் 5-7-14, 7-8)*

மூவகைப் போரட்டங்களில் அணுகுதல் - விலகுதல் போராட்டமே பெருவழக்கின என்றும் கடுமையானது என்றும் உளவியலார் கருதுகின்றனர். “.....Out of these three, the approach avoidance. Conflicts are the commenest but, at the same time, are thoughtst to with” Mani Mani Bhushan Prasad Reactions to Threat. P.1)

விலகுதல் - விலகுதல் போராட்டம்

இரண்டு விரும்பத்தகாத இலக்குகளில் ஏதாவது ஒன்றை அடைந்தே ஆக வேண்டிய நிலையை விலகுதல் - விலகுதல் உள்ளப் போராட்டம் என்பர். (டி.A.ஷண்முகம். உளப்போராட்டம் கலைக்களஞ்சியம், தொகுதி, பத்து - ப.135) இத்தகைய போராட்டத்திற்கு ஆட்பட்டவன் பூதத்திற்கும் பெருங்கடலுக்கும் இடையே அகப்பட்டவன் போல இரு தீமைகளுக்கு இடையே குறைவான தீமையைத் தேர்ந்தெடுத்தாக வேண்டிய நிலையில் உள்ளான். ("In a double - aviodent conflict we are caught" between the devil and deep blue sea" and must try to choose the lesser of two evils James. C.Coloman. Psychology and effective Behavior. P.180)

போர்க்களத்தே இறந்துபட்டான். பிணத்தைக் காண வந்த மனைவிஐயோ எனக் கதறி அழுதால் அருகில் உள்ள காடுறையும் புலி வந்து பிணத்தைத் தின்றுவிடும்... துணையற்ற நேரமும் இடமும் ஆதலால் தன்னந்தனியே மனைவியால் தோளகன்ற வீரனின் பிணத்தை எடுத்துச் செல்லவும் இயலவில்லை. எனவே, அழவும் கூடாது. அழாமல் இருந்தலும் ஆகாது பிணத்தை விடுக்கவும் இயலாது. எடுக்கவும் ஆகாது என்னும் நிலை நேர்ந்துவிடுகிறது. "ஐயோ என்னியான் புலியஞ் சுவலே அணைத்தனன் கொளினே அகன்மார் பெடுக்கவல்லேன் (வன்பரணர். புறம் - 255:1-2) கணவன்கடலை நடத்துவதே போல் இழுத்துச் சென்று தீர்வு காணுகிறாள்.

சோழன் நலங்கிள்ளி ஆவூரை முற்றுகை இட்டான். நெடுங்கிள்ளி அரணகத்தே கதவடைத்து உள்ளிருந்தான். போரே இன்றி முற்றுகை தொடர்ந்தது. உள்ளே பாலில் குழந்தைகள் அலறின. மகிளர் வாடினர். துன்பக்கூப்பாடு பெருகிறது. கோவூர் கிழார் நெடுங்கிள்ளியிடம் "அறவை ஆயின் நினைதெனத் திறத்தல் மறவை ஆயின் போரொடு திறத்தல்" ஆகிய இரண்டனுள்ஒன்று புரிதல் வேண்டும் என அறிவுறுத்துகிறார். அறம் கருதினால் அரண் நினதே என மதிலின் வாயில் திறந்து தோல்வியை ஒப்புக் கொள்ள

வேண்டும். மறம் கருதினால் போர் புரிய வாயில் திறத்தல் வேண்டும். இரண்டில் ஒன்றைத் தேர்ந்தெடுக்க இயலான்மையால்தான் நெடுங்கிள்ளி திறவாதடைந்த கதவகத்தே வாளா இருந்தான். தயங்கியும் தள்ளிப்போகும் செயலற்று இருந்தான். இந்நிலையைக் கோவூர்கிழார், "இன்னா தம்ம ஈங்கினிது இருத்தல் நாணுத்தக உடைத்திது காணுங்காலே" எனப் பழிக்கின்றார். (கோவூர் கிழார், புறம்.11-12. 9.16) இதே சூழலில் செயலற்று இருக்கும் மற்றொரு மன்னனை ஆலத்தூர் கிழாரின் பின்வரும் பாட்டிலும் காணமுடிகின்றது. (ஆலதிகள் கிழார், புறம்.36)

வேட்டுவன் அயர்ந்து உறங்குகிறான். அருகிலேயே இணைமான்கள் இன்புறு பணர்நிலையில் திளைத்து விளையாடுகின்றன. இரண்டையும் கண்ட வேட்டுவனின் மனைவி இல்லத்தினுள்ளும் நடமாடுதலைக் கைவிட்டாள், நடமாடும் ஆரவாரத்தால் கணவன் எழலாம் எழுந்தால் மான்களை வீழ்த்தலாம் என்னும் அச்சம், ஒரு புறமும் மான்களின் இன்பநிலை கலையுமே என்னும் உறுத்தல் மறுபுறமும், இழுத்தலால் அவள் இல்வழங்காமல் தனித்திருந்தாள். மான்களின் விளையாட்டால் கணவன் எழுதலும், கணவன் எழுதலால் மான்களின் விளையாட்டு ஒழிதலும் ஆகிய அச்சங்கள் உள்ளன.

கணவன் எழுதலும் அஞ்சிக் கலையே
பிணைவயிற் தீர்தலும் அஞ்சி யாவதும்
இல்வழங் காமை

(வீரை வெளியனார். புறம். 320:7-9)

இதனிடையில் காவல் இன்மையால் உலரவிட்ட திணைக் கோழிகள் கவர்ந்துண்கின்றன. மேலே காட்டிய மூன்று சூழல்களிலும் இரு நிலையான அச்சங்களால் நேர்ந்த விலகுதல் - விலகுதல் போராட்டம் இடம் பெற்றுள்ளதை அறிய முடிகின்றது.

தோழியால் வாயில் மறுக்கப்பட்ட தலைவன் மடலேறக் கருதுகிறான். மடல் ஏறினால் இப்பெண்ணால் அன்றோ இவன் இந்நிலை உற்றான் என ஊரவர் தலைவியைப் பழிப்பர் பிரவை ஏற்று வாழ்தலும் இயலாது. மடலேறி இருந்து தூற்றுவதா இறந்து துறப்பதா என்னும் விலகுதல் - விலகுதல் போராட்டத்திற்கு ஆளாகின்றான். மடலேறித் தலைவியைத் "தெற்றெனத் தூற்றலும் பழியே வாத்தலும் பழியே பிரிபுவதலை வரினே" (அள்ளூர் நன்முல்லையார் - குறுந்தொகை 32,5-6) எனத் தன் போராட்டத்தைக் கூறுகிறான். இத்தகைய போராட்டத்தில் தேர்ந்து எடுத்தாக வேண்டிய மாற்றுகள் இரண்டுமே கவர்ச்சியற்றதாகவும் விலக்குவனவாகவும் உள்ளன என்பதை உளவியலார் கருதியுள்ளனர். ("In avaiodance - qvoidance Conflict the alternatives are equally unattractive or replusive - Norrmal L.Munn. Introduction to Psychology. P.210)

தலைவன் கையுறையாகத் தலைவிக்கு உடுக்கும் தழை தந்தான். உடுத்தினால் அன்னையின் ஐயமுற்ற கேள்விகளுக்கு விடை சொல்ல வேண்டிய அச்சம் ஒரு புறம் - உடுத்தாமல் திருப்பிக் கொடுத்தால் தலைவனின் கேண்மைக்குக் குறையாகுமே என்னும் அச்சம் மறுபுறம் என இருபாற்பட்ட தலைவயின் போராட்டம் விலகுதல் - விலகுதல் வகைப்பட்டதாகும். **"உடுப்பின்யாயஞ் சுதுமே கொடுப்பின் கேளுடை கேடஞ் சுதுமே"** (கபிலர். நற்றிணை 354:5-6) இப்பாடல் வரிகளின் வாயிலாக தழையாடையும் வாடுகிறது. அதனால் தலைவியின் உள்ளமும் வாடி வருந்தி போராடுகிறது என்பதை அறிமுடிகின்றது.

ஒருத்தி தலைவனை நினைதலால் உடல் மெலிந்து வளை கழலுதலால் அன்னைக்கு அஞ்சுகிறாள். உடல் மெலிவைத் தவிர்க்கத் தலைவனை அணையலாம் என்றால் அவனிருக்கும் அவை கருதி நாணுகிறாள். அன்னையச்சம் இல்லாவிட்டால் வளைகழலலாம். அவை நாணம் இல்லாவிட்டால் தலைவனைத் தழுவலாம் என்பது நக்கண்ணையாரின்

பாட்டில் உள்ளப் போராட்டம்.

"தொடிகழித் திடுதல் யாயஞ் சுவலே
அடுதோள் முயங்கல் அவைநா ணுவலே"

(பெருங்கோழி நாய்கன்மகள் நக்கண்ணையார். புறம். 83:2-3)

இத்தகைய இக்கட்டான போராட்டங்களில் எவ்வகைத் தீர்வு கண்டாலும் உள்ளமுறிவு தவிர்க்க இயலாதாகிப் பொருத்தப்பாட்டுச் சிக்கல்கள் தோன்றி விடுகின்றன.

(......When such , minus conflicts are severe, they can bring about serious adjusment problems because even resulution of the conflict will bring frustration rather than relief' - James C.Coleman. Psychology and Cffective Behavior. P.180)

தலைவி இற்செறிக்கப்பட்டாள். அவளைச் சந்திக்கத் தலைவன் முதலைகள் வழிவழக்கு விலக்கும் கானல்வழி வருகிறான். அதனாலும் தலைவி வருந்துகிறாள். இருவர் வருத்தத்தையும் சேர்த்துக் கருதும் தோழி **இரட்டைப் பிள்ளைகள் ஒரே நேரத்தில் நஞ்சுண்ண வருந்தும் தாய்போல்** வருந்துவதாகத் தலைவனிடம் கூறுவதை,

"கவைமக நஞ்சுண் டாஅங்கு அஞ்சுவல் பெருமஎன்
நெஞ்சத் தானே" *(கவை மகனார் குறுந். 324: 6-7)*

என்ற பாடல் வரிகளின் வாயிலாக வெளிப்படும் இரட்டைப் பிள்ளைகள் நஞ்சுண்ண வருந்தும் தாய்என்னும் உவமை விலகுதல் - விலகுதல் போராட்டத்திற்கு மிகச் சிறந்த எடுத்துக் காட்டாகத் திகழ்கின்றது. இரு குழந்தையின் எந்தக் குழந்தையின் மரணமும் தாய்க்குப் பெருந்துன்பமாகிறது. அதுபோலவே, தலைவன் தவைலி இருவர் உணர்விற்கு தோழி மதிப்பளிக்க வேண்டியுள்ளது.

தலைவன் வரைவு நீட்டித்தவழி ஊரலர் பெருகிறது. நாணக்கேடு நேர்கிறது. அலர் வளர்தலால் நாணம் காத்தல்

அரிதாகிறது. தடுக்க இயலாத அலரால், தவிர்க்க இயலாத நாணத்தை விட்டொழிந்ததாகத் தோழி கூறுகிறாள். இந்நிலையை ஓர் உவமையில் செறிதிரப் பேசுவதை,

“மாசில் கற்பின் மடவோன் குழவி
பேஎய் வாங்கக் கைவிட்டாங்குச்
சேணும் எம்மொடு வந்த
நாணும் விட்டேம் அலர்கவிவ் வூரே”

(அறிவரை நம்பி. நற். 15-7-10)

என்ற பாடல் வரிகளின் வாயிலாக தெய்வப் பலிக்கென குழந்தையைப்பேய் விரைந்து வாங்கத் தாய் கைவிட்ட குழந்தை போல நாணம் விட்டதாகக் கூறுகிறாள். இவ்வுமையில் தெய்வ அச்சம் - குழந்தையின் அன்பு என்னும் இரண்டிடையே நிகழும் போராட்டத்தினை அறியமுடிகின்றது.

தலைவன் வரையாது காலம் நீட்டித்தலால் தலைவி வருந்துகிறாள். கடற்கரைக் கானலுக்கு வந்த தலைவி மீண்டும் இல்லம் சென்றால் இற்செழிப்பர் என்று அஞ்சுகிறாள். கடற்கரையிலே தங்கிவிடவும் இயலாது. அவளை அங்கேயே விட்டு விட்டுத் தோழி மட்டும் வீட்டிற்கு மீதெசம் இயலாது செறிவான போராட்டம் மிக்க இச்சூழலைச் “செல்லல் என்றலும் ஆற்றாய் செலினே வாழலென் என்றி” (அம்மூவனார் - அகம். 370:8-9) என வரும் தோழி கூற்றால் அறியமுடிகின்றத. அறத்தொடு நிற்கவேண்டிய சூழிலில் தன் காதலைத் தாய்க்கு எவ்வாறு சொல்வதென அகநானூற்றுத் தலைவி தவிக்கிறாள்.

“அறிவிப்பேங்கொல் அறிவியேங் கொல்லென
இருபாற்பட்ட சூழ்ச்சி”

(நொச்சி நியமங் கிழார். அகம் 52: 10-11)

சொன்னால் நானந் தொலைதலும் சொல்லாவிட்டால் காதல் குறையுறுதலும் தலைவியின் சிக்கலாக இருப்பதை அறியமுடிகின்றது.

தலைவியின் மெய்வேறுபாட்டால் வருந்திய அன்னை வெறியயர்வு நிகழ்த்துகிறாள். முருகணங்கென் நம்பிய அன்னை வெறியயர்ந்த பின்னர் தலைவியின் வாடிய மேனீ முன்பு போலச் சிறக்காவிட்டால் காதல் செய்தி வெளியாகிவிடும். **"அலரா காமையோ அரிது"** வெளியயர்வால் மேனிறலம் பெற்றால் தலைவயின் மெய்வேறுபாட்டின் காரணம் காதலன்று; பிறிதொன்று என்றாகிவிடும்.

"யானுயிர் வாழ்தல் அதனிலும் அரிதே" (வெறியாடிய காமக் கண்ணியர், அகம்.98:25,30) வெறியயர்வால் மேனி மெலிவு தீராதொழியின் தொல்லைத் தீர்தலோ அதனினும் தொல்லை என்னும் போராட்டம் பிறந்து விடுகின்றது. தமிழ்க் காதல் ஆய்வறிஞரின் "சமுதாயச் சடங்குகளும் கற்பொழிக்கத்துக்கும் ஒரு போராட்டத்தை வெறியாட்டிற் காணலம்" என்றும் கருத்து இங்கே நினையத் தக்கதாகும். (வ.சுப.மாணிக்கம், தமிழ்க்காதல். ப.70)

பொருள்வயிற் பிரியும் தலைவனைத் தலைவி வழியனுப்ப இயலவில்லை. பொருளின்மையால் வரலாகும் இழியும் வறுமையும் கருதும் போது செலவைத் தடுத்தற்கும் இயலவில்லை - இவ்விருநிலை அச்சத்தைத் தோழி குறிப்பதை,

செல்மின் என்றல் யானஞ் சுவலே
செல்லா தீமெனச் செப்பிற் பல்லோர்
நிறத்தெறி புன்சொலின் திறத்தஞ் சுவலே

(நற்றினை 229. 2-4)

என்ற பாடலின் வாயிலாக பிரிவை விரும்பாமையின் தலைவன் புறப்படுவதைப் பற்றி வினவவும் தடுக்கவும் இயலாத தலைவியை இளங்கீரனாரின் பாட்டில் காணமுடிகின்றது.

வேண்டா மையின் மென்மெல வந்து
வினவலுந் தகைத்தலுஞ் செல்லா ளகி...
பொறியறி பாவையிற் கலங்கி

(எயினந்தை மகன்இளங்கீரனார், நற்.308: 4-5,7)

என்ற பாடல் வரிகளின் வாயிலாக உள்ளப் போராட்டம் எவ்வகைத் தாயினும் கலங்கி அழிவதை அறிய முடிகின்றது.

பிரிவுத் துன்பத்தில் வருந்தும் தலைவி நினைந்தால் நெஞ்சு சுடுகின்றது. நினையாதிக்கம் முடியவில்லை எனக் கூறுகின்றாள்.

"உள்ளம் உள்ளம் வேமே உள்ளாது
இருப்பினெம் அளவைத் தன்றே"

என்ற பாடல் வரிகளின் வாயிலாக உள்ளப் போராட்டத்தால் கனலும் நெஞ்சு ஔவையாரின் அழுத்தம் மிக்க சொற்களில் வெளிப்படுகின்றது.

விலகுதல் - விலகுதல் போராட்டத்தை உளவியல் நுட்பம் பொலிய நரைமுடி நெட்டையாரின் பாட்டில் காணமுடிகின்றது. பொருள் கருதிப்புறப்பட்ட தலைவன் இடைச் சுரத்தழுங்குகிறான். பொருளாசையால் விளைந்த ஆள்வினை, உள்ளத்தைப் பயணம் தொடரும்படி இழுக்கின்றது. மீளச் சென்றால் பெறலாகும் இன்ப உறவு பற்றிய வேட்கை தடுக்கின்றது. "ஆண்மை வாங்க காமந் தட்ப" எனப் போராட்டம் குறிக்கப்படுகின்றது.

ஆள்வினை ஆண்மையைக் காமம் தடுக்கிறது. காம அவாவினை ஆள்வினை தடுக்கிறது. இருபுற ஆசையம் தம்பால் இருத்தலும் செய்கின்றன; மற்றோர் ஆசையைத் தடுக்கவும் செய்கின்றன. திண்டாட்டமான உள்ளத்தின் நிலை "கவைபடு நெஞ்சம்" எனப்படுகிறது. இப்போராட்டத்தின் அவலநிலையை விளக்க ஓர் அழகிய உவமையைப் புலவர் பயன்படுத்தியுள்ளதை,

கவைபடு நெஞ்சம் கண்கண் அகைய
இருதலைக் கொள்ளி இடைநின்று வருந்தி
ஒருதலைப் படாஅ உறவி போன்றனம்

(நரைமுடிம நெட்டையார் -அகம். *339: 7-8-10*)

என்ற பாடலின் வாயிலாக இருபுறமும் தீப்பற்றிய கொள்ளிக்கட்டையின் இடைப்பட்ட எறும்பு இரும்பால் ஆகியதே ஆயினும் உருகியே அழியும். உணர்வுகள் நெருப்பெனக் கொதிக்க இடைநின்று நெருக்கடி உறும் உள்ளத்தின் போராட்டம் இவ்வுவமையில் அழுத்தமாக இடம் பெற்றுள்ளது. வட்டாட்டத்தில் வெற்றியா தோல்வியா என்னும் மனநிலை நிலவுவதைப் புலவர் ஒருவர் "கவைமனம்" எனக் குறிப்பதையும் இணைத்துக் காணமுடிகின்றது.

தொகுப்புரை

❖ உளவியல் என்றும் சொல் பல்வேறு கருத்தாக்கங்களில் உளவியல் அறிஞர்களால் முன்மொழிய பெற்றுள்ளது. 'உளவியல்' என்பது மனிதனின் உள்ளத்தை அராய்ந்து அவ்வுள்ளத்தில் உதித்தெழும் சிந்தனைகளின் அடிப்படையில் அவனுடைய செயல்பாடுகள் அமைவதைப் பற்றி ஆராயும் ஓர்அறிவியல்துறை என்று வரையறை செய்ய முடியும்.

❖ அரிஸ்டாட்டில் எழுதிய 'ஆன்மாவின் இயல்புகள்' என்ற நூலே உளவியல் சிந்தனைகளின் அடிப்படையில் எழுந்த முதல் நூல் என்பது குறிப்பிடத்தக்கது.

❖ உலகளாவிய நிலையில் 'உளவியல்' பல்வேறு காலகட்டங்களில் பல்வேறு அறிஞர்களால் ஆராயப்பட்டுள்ளது. அமெரிக்கா, ஆஸ்திரிரேலியா, பிரான்சு. ஐரோப்பா, பிரிட்டன் ஆகிய நாடுளில் இத்துறையில் தடம் பதித்த அறிஞர்கள் மிகச் சிறந்த உளவியல் கோட்பாடுகளை உலகிற்கு வழங்கியுள்ளனர்.

❖ மனித உள்ளம் பற்றிய தனி அறிவியல் துறை இக்கால காலகட்டத்தில் தோன்றியது என்பது உண்மையே. எனினும் உள்ளத்தின் போக்குகளும் இயல்புகளும் மனிதன் தோன்றிய காலம் தொட்டு மெதுவாக, மெதுவாக உருவாகி நிலைபெற்றனவாகும். புற உலகச் சூழல்கள் மாறி வருகின்றன. பொருள்கள், உணர்வுகள்

பற்றிய மதிப்பீடுகள் மாறுகின்றன. ஆயினும் மனிதனின் இயல்பூக்கங்கள், உள்துடிப்புகள் அவற்றின் விளைவுகள் முதலியன அடிப்படையில் மாறாமல் உள்ளன. ஆகையால்தான் புத்தறிவுத் துறையாகிய உளவியலின் கொள்கைகள் பெருமளவில், பழம்பெருமை மிக்க சங்க இலக்கிய மாந்தர் நடத்தைக்கும் பொருந்துகின்றன என்பதையும், உள்ள முறிவு, உள்ளப் போராட்டம் ஆகிய பொருத்தப்பாட்டுச் சிக்கல்களைத் தோற்றுவிக்கும் வாழ்க்கைச் சூழல்கள் சங்க இலக்கியத்தில் இடம் பெற்றுள்ளதை அறிய முடிகின்றது.